SÁCH NẤU CHO NGƯỜI MỚI BẮT ĐẦU THỊT BÒ

AF746523

100 Công Thức Chế Biến Thịt Nai Ngon Đơn Giản Tại Nhà

Hà Đinh

MỤC LỤC

GIỚI THIỆU

Nếu bạn từng tò mò về cách chế biến thịt nai hoặc là một đầu bếp tại gia khao khát khám phá những chân trời ẩm thực mới, thì bạn đang ở đúng nơi. Thịt nai, thịt nạc và có hương vị của hươu, là một bổ sung thú vị cho bất kỳ tiết mục nhà bếp nào. Cuốn sách nấu ăn này được thiết kế để giúp bạn thành thạo nghệ thuật nấu thịt nai, cho dù bạn là người mới vào bếp hay một đầu bếp có kinh nghiệm đang tìm cách đa dạng hóa các kỹ năng nấu nướng của mình.

Thịt nai là một loại protein được đánh giá cao được biết đến với hương vị độc đáo, hàm lượng chất béo thấp và lợi ích cho sức khỏe. Lựa chọn công thức nấu ăn được tuyển chọn cẩn thận của chúng tôi sẽ hướng dẫn bạn các kỹ thuật nấu ăn và cách kết hợp hương vị khác nhau, đảm bảo rằng bạn luôn có được những món ăn mềm, mọng nước và ngon miệng. Từ món quay và món hầm cho đến bít tết và bánh mì kẹp thịt, chúng tôi có nhiều công thức nấu ăn phù hợp với khẩu vị và sở thích khác nhau.

Chúng tôi hiểu rằng làm việc với thịt nai có thể gây sợ hãi cho người mới bắt đầu, đó là lý do tại sao cuốn sách nấu ăn này nhấn mạnh hướng dẫn rõ ràng, mẹo hữu ích và hướng dẫn từng bước để đảm bảo trải nghiệm nấu ăn của bạn thú vị và không căng thẳng. Với một chút luyện tập, bạn sẽ sớm trở thành một đầu bếp thịt nai tự tin, gây ấn tượng với gia đình và bạn bè bằng những sáng tạo ẩm thực của mình.

Vì vậy, hãy lấy tạp dề, mài dao và bắt đầu cuộc hành trình ngon miệng vào thế giới chế biến thịt nai!

THỊT Nai

1. Hầm bánh bao thịt nai

Khẩu phần: 4 khẩu phần

Thành phần
- 1/4 chén bột mì đa dụng
- 1 pound thịt hầm thịt nai, cắt thành khối 1 inch
- 3 muỗng canh bơ
- 4 đến 5 cốc nước
- 2 lá nguyệt quế
- 2 muỗng cà phê hạt nêm thịt bò
- 3 muỗng canh nước sốt Worrouershire
- 1 muỗng cà phê muối
- 1/2 đến 3/4 muỗng cà phê tiêu
- 5 củ khoai tây vừa, gọt vỏ và cắt khối
- 5 củ cà rốt vừa, gọt vỏ và cắt thành lát 3/4 inch
- 1 củ hành vừa, xắt nhỏ

BÁNH BAO KHOÁNG:
- 1 chén bột mì đa dụng
- 1 muỗng cà phê bột nở
- 1/2 thìa cà phê muối
- 1/2 muỗng cà phê cỏ thì là
- 1 trứng lớn
- 1/2 cốc sữa nguyên chất

Phương hướng

a) Trộn thịt nai và bột mì với nhau trong một túi nhựa lớn có thể khóa kín, sau đó lắc đều để phủ đều. Nướng thịt trong lò kiểu Hà Lan với bơ.

b) Cho nước vào và khuấy để loại bỏ bất kỳ mảnh màu nâu nào khỏi chảo. Cho tiêu, muối, sốt Worrouershire, nước dùng và lá nguyệt quế vào, sau đó đun sôi hỗn hợp. Hạ nhỏ lửa và đun nhỏ lửa, đậy nắp lại cho đến khi thịt mềm, khoảng một giờ.

c) Vớt bỏ lá nguyệt quế, sau đó cho hành tây, cà rốt và khoai tây vào.

d) Đậy nắp và đun nhỏ lửa trong khoảng 25 phút.

e) Để làm bánh bao, trộn thì là, muối, bột nở và bột mì trong một bát lớn. Khuấy sữa và trứng cho đến khi kết hợp. Thả từng thìa bột vào món hầm đang sôi.

f) Đậy nắp đun nhỏ lửa cho đến khi một cây tăm bị kẹt ở giữa lấy ra sạch, khoảng 15 phút không nhấc nắp ra.

2. Hà Lan lò thịt nai ớt

- 1 cân Anh bánh mì kẹp thịt nai (hoặc bạn có thể sử dụng bánh mì kẹp thịt thông thường)
- Muối và hạt tiêu cho vừa ăn
- 1 T dầu ăn
- 1 T đường
- 1 củ hành tây, xắt nhỏ
- 3 chén cà chua xắt nhỏ (hoặc lon 12 oz)
- 1/2 ớt xanh, xắt nhỏ
- 1/2 C nấm thái lát (hoặc hộp 4 oz.)
- 1/2 muỗng cà phê. ớt bột (nhiều ít tùy khẩu vị)
- 1 lon (1 lb.) đậu thận

a) Đặt người Hà Lan trên than nóng và đun nóng trong 10 phút. Thêm dầu khi lò Hà Lan nóng và xào hành tây và rau xanh

b) hạt tiêu. Thêm burger và nâu. Thêm muối, hạt tiêu và bột ớt cho vừa ăn. Trộn đường và cà chua. Che tiếng Hà Lan ở trên

c) và điều chỉnh nhiệt để hỗn hợp sôi. Nấu từ từ trong 45 phút.

d) Thêm đậu tây và nấm, đun nhỏ lửa khác
15 phút và phục vụ.

3. Bánh thịt nai Hà Lan

- 2 lạng. thịt nai
- 1 4 oz. lọ ớt
- 2 củ hành tây, xắt nhỏ
- 1 lon cà chua Rotel
- 4 tép tỏi, băm nhỏ
- 1 8 oz. nước sốt cà chua
- 2 muỗng canh. nước sốt Worrouershire
- 1 hộp đậu đỏ, để ráo nước và rửa sạch
- 2 gói. gia vị
- 1 muỗng cà phê. muối
- 1 10 oz. pkg. Ngô đông lạnh
- 1 muỗng cà phê. hạt tiêu
- 1 quả ớt xanh lớn, xắt nhỏ

PHỦ BÊN TRÊN THỨC ĂN

- 2 chén hỗn hợp bánh ngô
- 1 quả trứng
- 1 1/2 cốc sữa
- 2 muỗng canh. Mật ong
- 1 chén ô liu chín thái lát
- 1 1/2 chén phô mai cheddar nạo

a) Nấu thịt, hành tây, tỏi và sốt Worcestershire trong chảo lớn cho đến khi có màu nâu nhạt.
b) Thêm gia vị taco và các thành phần còn lại, khuấy đều với mỗi lần thêm. Đun kỹ cho đến khi sủi bọt.
c) Chuyển sang một lò nướng lớn của Hà Lan đã được phủ bằng bình xịt rau củ.
d) Trộn topping và đổ lên hỗn hợp thịt nai trong lò Hà Lan.
e) Nướng ở nhiệt độ 400 độ (10 lớp than bên dưới, 19 lớp than bên trên) khoảng 25-30 phút hoặc cho đến khi bánh ngô có màu vàng nâu.

4. Saskatoon Pemmican

- 1 c thịt nai
- 2 muỗng cà phê mật ong
- 1 c quả Saskatoon khô hoặc quả việt quất khô
- 1/4 c Bơ đậu phộng
- 1 c Hạt hướng dương chưa rang hoặc các loại hạt nghiền

- 1/2 muỗng cà phê Cayenne (tùy chọn)

a) Nghiền (hoặc giã) thịt khô thành bột mịn. Thêm quả khô và hạt hoặc quả hạch. Đun mật ong, bơ đậu phộng và cayenne cho đến khi mềm. Trộn.
b) Khi nguội, bảo quản trong túi nhựa hoặc vỏ xúc xích ở nơi khô mát. Nó sẽ giữ trong nhiều tháng!

5. Goulash thit nai

- 2 muỗng canh dầu
- 1 1/2 lb Thịt nai, từ cổ, sườn, cẳng, cắt thành khối 1 đến 1 1/2 inch
- 3 tháng Hành tây, thái lát rất mỏng
- 2 muỗng cà phê ớt bột
- 1 muỗng cà phê muối
- 1 với Ớt chuông xanh, thái lát mỏng, bỏ hạt và cùi
- 1/2 c Nước

a) Trong Lò nướng kiểu Hà Lan, đun nóng dầu và thịt nai nâu, khuấy thường xuyên.
b) Thêm hành tây, rắc ớt bột và muối trong khi khuấy, xào trên lửa cho đến khi hành tây mềm.
c) Cho tiêu xanh và nước vào, đậy nắp Dutch Oven nhưng không đặt than lên trên. Nấu từ 1 đến 1 tiếng rưỡi, cho đến khi thịt nai chín mềm.

6. bánh mì thịt nai

- 2 lạng. thịt nai, rút xương và cắt thành miếng nhỏ.
- 1 cân Anh thịt xông khói, thái hạt lựu thành miếng nhỏ.
- 2 quả ớt chuông xanh
- 1 củ hành trắng lớn
- 2 lon sốt bít tết nấm
- Nêm muối tùy thích

a) Cho tất cả các nguyên liệu vào lò nướng kiểu Hà Lan và đặt trên một lớp than nóng tốt. Thỉnh thoảng khuấy đều và nêm muối theo khẩu vị của bạn.
b) Khi hoàn thành, đặt vào một cuộn bánh sandwich và thưởng thức!

7. Canh thịt nai

THÀNH PHẦN:

- 2 hoặc 3 pound xương nai với một ít thịt
- 1-16 ounce pkg. Súp rau đông lạnh
- 1 muỗng canh mùi tây
- 1 tép tỏi, băm nhỏ
- Muối và tiêu
- Cà chua lon 16 ounce

HƯỚNG DẪN:

a) Cho xương vào lò nướng kiểu Hà Lan và chỉ ngập nước. Đun nhỏ lửa trong hai giờ. Loại bỏ xương và loại bỏ bất kỳ phần thịt còn lại nào bằng nĩa. Xúc xắc bất kỳ khối lớn. Tiết kiệm ba cốc nước dùng và loại bỏ phần còn lại.

b) Thêm thịt, rau đông lạnh, mùi tây, tỏi, muối và hạt tiêu. Nghiền hoặc cắt nhỏ cà chua và cho vào nồi cùng với nước ép từ lon.

c) Khuấy, đun sôi nhanh. Giảm nhiệt xuống rất thấp, đậy nắp chặt và đun nhỏ lửa trong một giờ. Thêm một chút nước nếu cần.

d) Sau đó rắc thêm một chút tiêu và thưởng thức.

8. thịt nai Stew

THÀNH PHẦN:

- 1 hạt tiêu poblano lớn
- 1 đến 2 ớt jalapeño
- 6 quả cà chua tươi, bỏ vỏ
- $1\frac{1}{2}$ cốc (375 mL) hành trắng xắt nhỏ (1 củ hành lớn)
- 1 muỗng cà phê. (5 mL) thì là xay
- 2 muỗng canh. (30 mL) dầu ô liu
- 4 bắp ngô tươi
- 3 tép tỏi, băm nhỏ
- 4 cốc (1 L) nước dùng gà hoặc nước hầm xương gà
- $^2/_3$ cốc (150 mL) nước cốt chanh tươi (khoảng 7 quả chanh)
- $1\frac{1}{2}$ thìa cà phê. (7 mL) muối
- 1 muỗng cà phê. (5 mL) tiêu đen xay
- $1\frac{1}{2}$ pound (680 g) đùi hoặc ức gà đã lọc da và rút xương, cắt thành miếng 1 inch (2,5 cm)

HƯỚNG DẪN:

a) Làm nóng lò ở nhiệt độ 425°F (220°C). Sắp xếp 3 **THÀNH PHẦN ĐẦU TIÊN:** trên khay nướng có viền lớn có lót giấy nhôm. Nướng ở nhiệt độ 425°F (220°C) trong 25 phút hoặc cho đến khi rau củ mềm và vỏ bắt đầu phồng rộp, lật ớt 5 phút một lần. Loại bỏ rau từ trên cao; chuyển ớt vào một cái bát nhỏ. Đậy bát bằng màng bọc thực phẩm và để yên trong 20 phút. Để cà chua đứng trên khay nướng cho đến khi đủ nguội để cầm. Băm nhỏ tomatillos và đặt vào một cái bát vừa.

b) Sau khi ớt để yên trong 20 phút, gọt vỏ, bỏ hạt và thái nhỏ; thêm hai trái cà chua.

c) Xào hành tây và thì là trong dầu ô liu nóng trong nồi thép không gỉ 6 lít (6 L) hoặc nồi tráng men của Hà Lan trên lửa vừa và cao trong 12 phút hoặc cho đến khi hành tây mềm.

d) Cắt đầu hạt ngô cho vào tô lớn; cạo sữa và bột giấy còn lại từ lõi ngô. Thêm ngô và tỏi vào hành tây trong lò Hà Lan; nấu, khuấy liên tục, 5 phút. Cho ớt xắt nhỏ, cà chua xắt nhỏ, nước luộc gà và 3 nguyên liệu tiếp theo vào khuấy đều.

e) Đun sôi; giảm nhiệt và đun nhỏ lửa, không đậy nắp, 5 phút, khuấy thường xuyên. Cho thịt gà vào xào. Đun sôi với lửa lớn; đun sôi 5 phút. Loại bỏ nhiệt.

f) Múc súp nước dùng nóng vào bình nóng, chừa khoảng trống 1 inch (2,5 cm). Loại bỏ bọt khí. Vần lọ lau. Nắp trung tâm trên bình. Quấn băng và điều chỉnh cho vừa khít với đầu ngón tay. Đặt bình lên giá trong bình áp suất chứa 2 inch (5 cm) nước sôi ở nhiệt độ 180°F (82°C). Lặp lại cho đến khi tất cả các lọ được lấp đầy.

g) Đậy nắp hộp và chuyển sang vị trí khóa. Điều chỉnh nhiệt ở mức trung bình cao. Đợi hơi nước trong 10 phút.

h) Đặt trọng lượng của bộ đếm hoặc dụng cụ đo trọng lượng trên lỗ thông hơi; tăng áp suất lên 10 pound (4,5 kg) (psi) đối với máy đóng hộp có đồng hồ đo trọng lượng hoặc 11 pound (454 g) s (psi) đối với máy đóng hộp có đồng hồ đo quay số.

i) Xử lý bình 1 pint (500 mL) trong 1 giờ 15 phút hoặc bình 1 lít (1 L) trong 1 giờ 30 phút. Tắt nhiệt; làm mát hộp đến áp suất bằng không. Để yên thêm 5 phút trước khi tháo nắp.

j) Làm mát lọ trong hộp 10 phút. Lấy lọ ra và để nguội.

9. Súp gà chanh với ngô

THÀNH PHẦN:

- Xịt nấu ăn hoặc dầu ô liu
- 1 pound thịt nai nạc, hình khối
- 1 muỗng cà phê dầu ô liu
- 1 củ hành tây nhỏ, xắt nhỏ
- 1 tép tỏi, băm nhỏ
- 1 cọng cần tây, xắt nhỏ
- 1 củ cà rốt, thái hạt lựu
- 2 củ khoai tây, hình khối
- 2 cốc nước
- $\frac{1}{2}$ muỗng cà phê muối
- $\frac{1}{8}$ muỗng cà phê tiêu
- 2 lon nước dùng bò

HƯỚNG DẪN:

a) Phủ một nồi nước dùng bằng bình xịt nấu ăn hoặc dầu ô liu, và đặt trên lửa lớn.
b) Thêm thịt nai vào chảo. Xào cho đến khi chín vàng. Lấy ra khỏi chảo và đặt sang một bên trên khăn giấy.
c) Thêm dầu và tất cả các loại rau, xào cho đến khi mềm.
d) Khuấy trong thịt nai, muối, hạt tiêu và nước.
e) Đun sôi và đun nhỏ lửa trong 5 phút.
f) Đổ các nguyên liệu rắn vào lọ sạch, nóng đến $\frac{1}{2}$.
g) Múc chất lỏng vào lọ để lại khoảng trống 1 inch.
h) Điều chỉnh nắp đậy và xử lý.

10. thịt nai nướng

LÀM: 4

THÀNH PHẦN:

- 2 pound thịt nai đóng hộp
- 1 -1/2 pound thịt xông khói thái lát
- 1 lít rượu táo
- 24 oz. nước sốt thịt nướng đóng chai hoặc nước xốt

a) Đặt thịt nai lên một đĩa nướng nông và phủ rượu táo.
b) Làm lạnh ít nhất 2 giờ.
c) Lấy ra và thấm khô thịt, sau đó loại bỏ rượu táo và đặt thịt nai trở lại đĩa nướng.
d) Đổ nước sốt thịt nướng lên thịt nai, đậy nắp và ướp nhẹ.
e) Làm nóng lò nướng ngoài trời .
f) Lấy thịt ra khỏi tủ lạnh sau đó để yên trong 30 phút.
g) Bọc miếng thịt nai trong thịt xông khói.
h) Đặt các miếng thịt nai bọc thịt xông khói lên vỉ nướng, không chạm vào nhau.
i) Nướng trong 20 phút, thường xuyên lật nó.

11. Thịt nai xay/xắt nhỏ

LÀM: 2

THÀNH PHẦN:

- Thịt ưu tiên, tươi, ướp lạnh, băm nhỏ/xay
- Muối
- Nước dùng thịt, nước sôi/nước cà chua/nước

HƯỚNG DẪN

1. Cắt nhỏ thịt tươi đã ướp lạnh. Nếu sử dụng thịt nai, hãy xay sau khi trộn với một chén mỡ lợn cho mỗi ba đến bốn chén thịt nai. Nếu sử dụng xúc xích, kết hợp với ớt cayenne và muối.
2.Viên thành thịt viên hoặc miếng chả. Nếu sử dụng xúc xích đóng hộp, hãy cắt thành các mắt xích dài từ 3 đến 4 inch.
3. Nấu thịt cho đến khi có màu nâu. Nếu sử dụng thịt xay, áp chảo mà không cần tạo hình.
4. Cho thịt đã nấu chín vào lọ Mason sạch và nóng. Mỗi cái chứa đầy muối.
5. Đun sôi nước luộc thịt. Đổ nước dùng thịt, nước ép cà chua hoặc nước vào lọ cho đến khi đầy đến một inch tính từ trên xuống.
6. Xả bọt khí trước khi điều chỉnh nắp, sau đó xử lý trong hộp áp suất trong 1 giờ 15 phút.

12. Soong bánh mì dẹt Ethiopia

Làm cho: 2

THÀNH PHẦN

- 2 pound thịt nai, cắt miếng vừa ăn
- 1 gai Injera thành từng mảnh
- $\frac{3}{4}$ muỗng cà phê muối
- 40 gram (⅓ chén) hành tím thái hạt lựu
- 2 muỗng canh dầu ô liu
- 1 muỗng canh tỏi băm
- ⅓ cốc nước
- 1 chén đậu xanh
- 2 muỗng canh rượu trắng khô
- 1 muỗng canh + 1 muỗng cà phê bột berbere
- 1 muỗng canh bột cà chua
- 10-15 quả chà là rất mềm, bỏ hạt và cắt đôi hoặc cắt

HƯỚNG DẪN

a) Trong chảo, thêm dầu ô liu và nấu thịt nai và hành tây cho đến khi thịt không còn màu hồng; làm khô hạn. Thêm đậu và muối.

b) Chuyển sang 13x9-in được bôi trơn. món nướng. Sắp xếp Injera trên đầu trang.

c) Cho tỏi, nước, rượu trắng, bột berbere và bột cà chua vào một cái bát; đổ lên bánh tortillas. Rắc phô mai.

d) Nướng, không đậy nắp, ở 350° trong 25-30 phút hoặc cho đến khi nóng đều.

e) Thêm ngày và nấu thêm một phút nữa.

13. bít tết cốm

khẩu phần: 8

Thành phần :

- bít tết thịt nai hoặc bít tết thịt bò 2 pound, cắt thành khối
- Mỡ lợn, theo yêu cầu, để chiên
- 2 quả trứng lớn

bánh mì

- 1 chén phô mai parmesan bào
- 1 muỗng cà phê muối nêm
- 1 chén thịt lợn panko

HƯỚNG DẪN

a) Đánh trứng trong một cái bát.
b) Thêm panko thịt heo, muối và parmesan vào một cái bát nông và khuấy đều.
c) Đầu tiên, nhúng từng miếng bít tết vào trứng, từng miếng một. Lắc bỏ phần chất lỏng thừa, nhúng nó vào hỗn hợp Parmesan và bày ra đĩa.
d) Lặp lại quy trình này với các miếng bít tết còn lại.
e) Đổ đủ mỡ lợn vào chảo sâu. Đặt chảo trên ngọn lửa vừa và để mỡ lợn nóng.
f) Khi dầu nóng đến khoảng 325° F, cẩn thận thả một vài miếng bít tết đã tẩm bột vào dầu. Xoay các miếng bít tết vài lần để chúng có màu nâu đều khắp.
g) Lấy bít tết ra bằng thìa có rãnh và đặt lên đĩa đã lót sẵn khăn giấy. Để nó ráo nước trong vài phút.
h) Nấu các miếng bít tết còn lại tương tự (bước 6-7). Phục vụ.

14. soong thit nai

THÀNH PHẦN:

- 2 pound thịt thăn
- 2 muỗng canh dầu ô liu
- 2 muỗng canh rượu sherry
- 2 muỗng canh bơ
- $1\frac{1}{2}$ phần nước dùng
- 2 thìa cà phê muối
- 1 muỗng canh nước ép hành tây
- 1 muỗng cà phê tiêu đen
- ớt cayenne
- 1 ít rau mùi tây băm nhỏ

HƯỚNG DẪN:

a) Nâu bơ và thêm nước dùng. Trộn khoảng 2 muỗng canh bột mì vào một ít nước dùng và thêm vào; hành tây và gia vị.

b) Đặt lại với nhau và để nhỏ lửa trong khoảng một giờ.

c) Ngay trước khi phục vụ, thêm bơ và sherry để nếm thử.

d) Nấm có thể được thêm vào.

15. bò của bạn

THÀNH PHẦN:

- 3 lạng. Dải thịt nai, cắt thành lát $\frac{1}{4}$ inch hoặc mỏng hơn
- 1 thìa muối
- 1 muỗng cà phê bột hành
- 1 muỗng cà phê bột tỏi
- 1 muỗng cà phê tiêu đen
- ⅓ chén sốt Worrouershire
- $\frac{1}{4}$ chén nước tương hoặc sốt teriyaki (thêm một chút nước sốt sẽ không hại)

HƯỚNG DẪN:

a) Ướp các dải thịt nai trong bát thủy tinh có nắp đậy trong 1 hoặc 2 ngày trong tủ lạnh, thỉnh thoảng trở mặt.

b) Làm khô dải trên lửa vừa như bếp củi trong khoảng 24 giờ-48 giờ hoặc trong lò ở nhiệt độ thấp.

16. xúc xích thịt nai

THÀNH PHẦN:

- thịt nai 8 pound
- 8 cân thịt heo
- 4 muỗng cà phê hạt thì là
- 1 muỗng cà phê muối
- 2 muỗng cà phê tiêu đen
- 1 muỗng cà phê bột hành
- 1 muỗng cà phê bột tỏi
- 1 muỗng cà phê ớt đỏ (chỉ dành cho xúc xích nóng)

HƯỚNG DẪN:

a) Kết hợp thịt lợn, thịt nai, hạt thì là, muối, hạt tiêu đen, bột hành, bột tỏi và ớt đỏ trong một bát lớn và trộn đều. Tạo thành miếng chả, khúc gỗ hoặc làm đầy vỏ xúc xích.

b) Đun nóng dầu trên lửa vừa và cao trong chảo lớn.

c) Đông lạnh hoặc nấu xúc xích cho đến khi chín vàng và chín đều.

d) Công thức có thể được cắt giảm một nửa.

17. Xúc xích bí đỏ nướng bia

Năng suất: 1 phục vụ

Nguyên liệu

- 1 Chai bia ale
- 4 ounce Bí ngô; tươi hoặc đóng hộp
- 1 lạng Tỏi; thái hạt lựu
- 1-ounce xi-rô phong nguyên chất
- 2 Liên kết mỗi con vịt; đâm bằng nĩa
- 2 kết thịt nai; đâm bằng nĩa
- xúc xích gà 2 Link; đâm bằng nĩa
- 1 củ hành tím nhỏ; phân đoạn mỏng
- 1 muỗng canh Bơ
- Muối
- Hạt tiêu
- 1 củ thì là; cạo
- 1 ounce Mỗi pho mát saga bleu
- 1 ounce Anh stilton
- Gorgonzola 1 ounce

Hướng

a) Trộn porter, bí ngô, tỏi và xi-rô cây phong và rưới lên xúc xích.

b) Lấy xúc xích ra khỏi nước muối và nướng trong lò nướng 500 độ trong 10 phút. Phân khúc và nướng cho đến khi hoàn thành.

c) Nấu hành tây trong bơ trên lửa nhỏ cho đến khi mềm và trong. Nêm với muối và hạt tiêu

18. Nấm nhồi thịt nai

Làm cho: 4

THÀNH PHẦN:

- 4 (5") nấm Portobello nguyên con
- ½ (7 ounces) có thể cà chua thái hạt lựu nhỏ (đã lọc kỹ)
- 1 pound thịt nai xay
- ½ muỗng cà phê muối
- ⅛ muỗng cà phê tiêu đen
- ¼ muỗng cà phê bột hành
- ¼ muỗng cà phê cỏ xạ hương khô
- ¾ muỗng cà phê hạt thì là
- ¼ muỗng cà phê ớt cayenne
- ½ muỗng cà phê oregano khô
- 1 muỗng cà phê ớt bột
- ½ muỗng cà phê húng quế khô
- 1 quả trứng
- 3 ounce bột cà chua
- ⅓ chén giấm balsamic
- 3-4 tép tỏi (bóc vỏ và đập dập)
- ½ chén hành lá (thái nhỏ)
- 1 (4 ounces) lon ô liu đen thái lát (để ráo nước)
- 1 ½ chén phô mai mozzarella (thái nhỏ)
- 1 chén hỗn hợp phô mai Ý 3
- ¼ chén vụn bánh mì Ý

HƯỚNG DẪN:

a) Làm nóng lò chính ở nhiệt độ 375°F.

b) Loại bỏ và thái nhỏ phần cuống của mũ nấm. Để qua một bên.

c) Đặt mũ nấm lên khăn giấy nhà bếp, mặt thân nấm hướng xuống dưới.

d) Ép cà chua đóng hộp qua lưới lọc và dùng mặt sau của thìa gỗ ấn nhẹ xuống để loại bỏ càng nhiều chất lỏng càng tốt.

e) Trong một cái bát, kết hợp thịt nai xay với muối, hạt tiêu đen, bột hành tây, cỏ xạ hương khô, hạt thì là, ớt cayenne, lá oregano khô, ớt bột và húng quế khô. Sau đó thêm trứng, bột cà chua và giấm. Trộn kỹ để kết hợp.

f) Tiếp theo, cho tỏi, hành lá, ô liu đen, cọng hành tây thái hạt lựu, phô mai mozzarella, phô mai hỗn hợp Ý và vụn bánh mì vào khuấy đều.

g) Dùng thìa lớn, nhồi hỗn hợp thịt nai vào mũ nấm. Lượng chất làm đầy phải xấp xỉ 75 phần trăm kích thước nấm.

h) Nướng nấm nhồi trong chảo gang trong 20-25 phút, cho đến khi chín.

19. Malloreddus với thịt nai om

ĐƯỢC PHỤC VỤ 4-6

Thành phần

- Dầu ô liu
- 4 lb (1,8 kg) thịt nai vai hoặc chân
- Muối kosher
- Hạt tiêu vừa mới nghiền
- 1 củ cà rốt, thái hạt lựu
- 1 nhánh cần tây, thái hạt lựu
- 2 củ hành tây, thái hạt lựu
- 1 tép tỏi, băm nhỏ
- 3 muỗng canh (48 g) tương cà chua
- 1 cốc (237 ml) rượu vang đỏ
- 3 cốc (711 ml) nước dùng bò
- 3 nhánh húng tây
- 1 lá nguyệt quế
- 1 muỗng cà phê quả bách xù
- bột báng
- Muối kosher
- Hạt tiêu vừa mới nghiền
- Mùi tây lá phẳng của Ý, xắt nhỏ

Hướng

a) Làm nóng lò ở nhiệt độ 350°F (177°C). Để om thịt nai, hãy làm nóng lò nướng lớn của Hà Lan với dầu ô liu ở nhiệt độ cao. Nêm thịt nai một cách hào phóng với muối và hạt tiêu mới xay. Thêm thịt nai vào chảo và nấu cho đến khi có màu nâu, khoảng 2 đến 3 phút mỗi mặt. Loại bỏ thịt nai và đặt sang một bên.

b) Giảm nhiệt xuống mức trung bình và thêm cà rốt, cần tây, hành tây và tỏi và nấu cho đến khi chúng bắt đầu chuyển sang màu nâu, khoảng 5 phút. Thêm bột cà chua và nấu trong khoảng 2 phút, khuấy thường xuyên để nó không bị cháy.

c) Thêm rượu vang đỏ, thịt bò, cỏ xạ hương, lá nguyệt quế và quả bách xù và đun sôi. Cho thịt nai trở lại nồi và đậy nắp. Đặt nó vào lò nướng và nấu trong khoảng 1 tiếng rưỡi hoặc cho đến khi thịt mềm.

d) Để làm malloreddus, hãy rắc bột semolina lên 2 tấm chảo và để sang một bên. Cắt một miếng bột Semolina nhỏ và bọc phần bột còn lại bằng màng bọc thực phẩm. Dùng tay cuộn miếng bột thành sợi dây dày khoảng $\frac{1}{2}$ inch (12 mm). Nếu hơi lệch một chút, hãy cắt những miếng bột dài $\frac{1}{2}$ inch (12 mm) khỏi sợi dây.

e) Dùng ngón tay cái của bạn, chỉ dùng cạnh ngón tay cái ấn vào nửa trên của miếng mì ống, đồng thời ấn và đẩy về phía đáy của dụng cụ bào phô mai. Đặt malloreddus lên chảo đã phủ bột báng và không đậy nắp cho đến khi sẵn sàng nấu.

f) Khi thịt nai đã chín, vớt ra khỏi nồi và lọc lấy nước om. Vứt bỏ các loại rau và thảo mộc. Trên lửa vừa, đun sôi chất lỏng om cho đến khi nó giảm hơn một nửa và đặc lại. Thịt nai xé nhỏ rồi cho lại vào nồi cùng với nước om. Giữ ấm.

g) Đun sôi một nồi nước muối. Trong lúc đó, trong một chảo xào lớn trên lửa nhỏ, thêm một ít dầu ô liu và một ít thịt nai om. Thả mì ống vào nước sôi và nấu cho đến khi mềm, khoảng 4 đến 6 phút. Thêm mì ống đã nấu chín và một ít nước mì ống vào thịt nai. Quăng để kết hợp và nêm với muối và hạt tiêu đen mới xay.

h) Để phục vụ, chia mì ống và thịt nai giữa các bát. Trang trí với rau mùi tây xắt nhỏ.

20. bít tết thịt nai

Thành phần:

- 3 T. florua
- $1\frac{1}{2}$ t.muối
- $\frac{1}{4}$ thìa lá kinh giới
- 6 miếng bít tết thịt nai, cắt miếng tròn
- Chảo để chiên
- 1 củ hành tây nhỏ, bóc vỏ
- 4 củ cà rốt vừa, gọt vỏ
- $\frac{1}{2}$ c. cần tây thái hạt lựu và ngọn $1\frac{1}{2}$ c. nước dùng thịt bò

HƯỚNG DẪN

a) Trộn bột mì, muối và kinh giới; xát lên thịt. Bít tết nâu trong mỡ nóng trong chảo áp suất. Thêm rau và nước dùng; đậy nắp và nấu ở mức 10 lbs. Áp suất 20 đến 30 phút, hoặc theo nhà sản xuất trực tiếp. Để nguội bình thường trong 5 phút, sau đó đặt chảo dưới vòi nước lạnh để giảm áp suất nhanh chóng.

b) Làm đặc chất lỏng cho nước xốt bằng cách chà rau củ qua rây, cối xay thực phẩm hoặc máy xay sinh tố. Máy chủ 6.

21. nai sừng tấm

Thành phần:

- 2 cân nai sừng tấm
- $\frac{1}{2}$ chén sốt Worrouershire
- $\frac{1}{4}$ chén mật mía
- $\frac{1}{4}$ chén nước tương đen
- 1 muỗng cà phê vỏ chanh bào mịn
- 1 muỗng cà phê hạt thì là
- 8 quả bạch đậu khấu, nứt vỏ
- 3 tép tỏi, bằm nhuyễn
- Dầu ăn trung tính

HƯỚNG DẪN

a) Loại bỏ càng nhiều chất béo khỏi thịt càng tốt và làm đông thịt trong 20 đến 30 phút để dễ cắt hơn. Với một con dao rất sắc, hãy cắt thịt mỏng nhất có thể với độ dày từ $\frac{1}{4}$ đến ⅓ inch.

b) Trong một bát lớn, trộn đều nước sốt Worrouershire, mật đường, nước tương, vỏ chanh, hạt caraway, thảo quả và tỏi.

c) Thả lần lượt từng miếng thịt đã thái vào bát để đảm bảo từng miếng được ngâm ngập hoàn toàn trong nước muối. Để thịt ngấm gia vị trong 90 phút. Loại bỏ thịt và loại bỏ nước xốt. Bây giờ là lúc làm khô thịt trong lò nướng hoặc bằng máy khử nước thực phẩm.

22. Salad thịt nai-rau bina

phục vụ 2

Thành phần:

giấm:

- 1 chén dâu tây xắt nhỏ
- 2/3 chén dầu ô liu nguyên chất
- 1/2 chén giấm trắng chưng cất
- 2 tép tỏi, băm nhỏ
- 1 1/2 muỗng cà phê hạt anh túc
- 1 muỗng cà phê muối
- Hạt tiêu đen tươi để hương vị

Thịt nai

- 1 miếng bít tết thịt nai
- Muối và hạt tiêu cho vừa ăn
- 3-4 chén lá rau mồng tơi
- 1 chén dâu tây thái lát

- 1/4 chén hạnh nhân thái lát

HƯỚNG DẪN

a) Chuẩn bị vỉ nướng ở nhiệt độ trung bình cao.

b) Nêm thịt nai với muối và hạt tiêu và nướng khoảng 5 phút mỗi bên hoặc cho đến khi chín tới độ chín mong muốn. Để thịt nai trong 10 phút, sau đó cắt lát.

c) Trộn rau bina với dâu tây và bày ra đĩa. Rắc hạnh nhân và trên cùng với thịt nai thái lát.

d) Rưới dầu giấm lên món salad và dùng ngay.

e) **Đối với Vinaigrette:** Kết hợp tất cả các nguyên liệu vào máy xay thực phẩm hoặc máy xay sinh tố và xay nhuyễn cho đến khi mịn.

23. Phi lê kudu nướng với nhân boerewors

Năng suất: 1 phần ăn

Nguyên liệu

- phi lê Kudu
- 500 gram thịt nai
- 200 gam thịt lợn
- 125 gam mỡ thận cừu
- 1 muỗng cà phê muối
- 1 muỗng canh hạt rau mùi rang nghiền
- 50ml Rượu vang đỏ
- 50 ml giấm mạch nha
- 1 nhúm đinh hương đất
- 1 nhúm húng tây
- 1 nhúm Oregano
- 2 nhánh Hẹ chuối; thái hạt lựu
- 200 ml Pinotage
- 200 ml Demi-glace

HƯỚNG DẪN

a) Băm nhỏ thịt nai, thịt lợn và mỡ cùng nhau, đảm bảo rằng nó không quá mịn.

b) Kết hợp tất cả các thành phần, trộn đều và đặt sang một bên.

c) Làm sạch phi lê kudu tốt và chia nhỏ ở giữa. Gấp ra và gói bằng boerewors, gập thịt lại và buộc bằng dây. Chà muối và hạt tiêu bên ngoài với một ít dầu ô liu.

d) Để nấu ăn, đặt vào chảo nóng hoặc trên bếp điện, thường xuyên quay và để nấu cho đến khi boerewors cứng lại. Cắt lát dày và phục vụ.

e) Đối với nước sốt pinotage, hãy loại bỏ hẹ tây thái hạt lựu và thêm rượu vang đỏ (pinotage) mỗi lần một ít để giảm ít nhất 2/3. Thêm demi vào rượu từ từ cho đến khi đạt được độ sánh đặc và sẫm màu. Kiểm tra hương vị và phục vụ.

f)

24. Cốm thịt nai cuộn cà ri

Thành phần

- 1 pound thịt nai, cắt thành khối
- 4 muỗng canh bột cà ri đỏ Thái
- 1 trứng lớn
- Dầu để chiên
- bánh mì
- 1/2 chén phô mai parmesan bào
- 1/2 chén panko thịt heo
- 1/2 muỗng cà phê muối gia vị

Trang trại Chipotle

- 1/4 chén sốt mayonaise
- 1/4 chén kem chua
- 1 muỗng cà phê bột chipotle để nếm thử
- 1/2 muỗng cà phê Hỗn hợp nước xốt và nước sốt trang trại tự làm
- 1/4 quả chanh vừa, vắt lấy nước

Hướng

a) Đối với Chipotle Ranch Dip: Kết hợp tất cả các thành phần, trộn đều

b) Kết hợp thịt lợn Panko, phô mai Parmesan và muối.

c) Đập 1 quả trứng và bột cà ri vào 1 bát và trộn bột mì vào một bát khác.

d) Nhúng miếng bít tết vào trứng, sau đó tẩm bột. Đặt trên chảo hoặc đĩa có lót giấy sáp.

e) Làm đông lạnh các miếng bít tết sống tẩm bột trong 30 phút trước khi chiên.

f) Đun nóng dầu đến khoảng 325 độ F và chiên cốm bít tết cho đến khi chín vàng, khoảng 2-3 phút.

g) Chuyển sang đĩa có lót khăn giấy, nêm một chút muối và dùng với Chipotle Ranch.

25. Súp thịt viên thịt nai

Thành phần:

- ½ cân thịt nai hoặc thịt cừu nạc,
- nối đất hai lần
- ½ chén cơm, lúa mì xay
- ¼ chén hành tây thái nhỏ
- ¼ chén rau mùi tây thái nhỏ
- 2 lon Nước dùng gà cô đặc
- 2 lon nước
- ⅓ cốc nước cốt chanh
- 2 quả trứng
- muối, hạt tiêu

HƯỚNG DẪN

a) Kết hợp bốn thành phần đầu tiên. Định hình thành những quả bóng ¾ inch. Đun nóng nước dùng và nước đến điểm sôi. Thêm thịt viên; đun nhỏ lửa 15 đến 20 phút. Trong một cái thố súp, đánh nước cốt chanh và trứng cho đến khi mịn.

b) Dần dần đánh trong nước dùng nóng. Thêm thịt viên cuối cùng. Nêm muối, tiêu cho vừa ăn.

26. Khối thịt nai hun khói

Thành phần:

- 2 lạng. thịt nai hầm bột để nạo vét
- thùng
- 2 củ hành vừa, cắt nhỏ
- 2 tép tỏi, thái nhỏ
- 2 t. pho mát Cheddar nạo
- 2 t.muối
- $\frac{1}{2}$ giờ. hạt tiêu
- 2 c. nước
- 5 t.xốt thịt nướng
- 1 lon nấm nhỏ hoặc $\frac{1}{4}$ lb. nấm thái lát (tùy chọn)

HƯỚNG DẪN

a) Loại bỏ bất kỳ chất béo có thể nhìn thấy từ thịt. Cắt thịt thành khối 1 inch; nạo trong bột mì, và rán trong mỡ nóng.

b) Thêm hành và tỏi; nâu nhạt. Thêm muối phô mai, hạt tiêu, nước và sốt thịt nướng.

c) Đậy nắp và đun nhỏ lửa khoảng 1 giờ 30 phút; thỉnh thoảng khuấy để chống dính. Thêm nấm trước khi làm đặc nước thịt.

27. thịt nai Chili

Thành phần:

- $\frac{1}{2}$ cân Anh pinto hoặc đậu đỏ
- 4 lạng. thịt nai thái nhỏ (cổ, sườn, đĩa, ức, tròn, chân, cẳng) $1\frac{1}{2}$ t. hạt thì là
- $\frac{1}{2}$ c. suet xắt nhỏ hoặc sowbelly cắt thành dải julienne
- 6 củ hành tây cỡ tốt, xắt nhỏ
- 2-4 tép tỏi, băm nhỏ
- 1 thìa canh oregano
- 3 T. ớt bột tươi
- 1 hộp lớn cà chua Ý bóc vỏ
- 1 lon ớt xanh nhỏ
- Muối và tiêu
- Nước sốt Tabasco (không bắt buộc)
- 2 T. masa harina ăn liền hoặc bột ngô

HƯỚNG DẪN

a) Đậu rửa sạch, tráng nước lạnh, đun sôi rồi để nhỏ lửa trong 2 phút; điều kiện ánh sáng, đậy kín, 1 giờ. Chuẩn bị thịt (thịt hầm là tốt nhất nếu không có chất béo) bằng cách cắt thành khối 1 inch.

b) Cho hạt thì là vào chảo trên lửa vừa và tiếp tục đảo cho đến khi bốc khói và chuyển sang màu bánh mì nướng; sau đó trải chúng trên một mặt phẳng và nghiền nát bằng một cái cán. Bây giờ làm tan chảy suet hoặc sowbelly trong một cái chảo lớn; bạn có thể thay thế đủ dầu thực vật hoặc chất làm ngắn khác để tráng đáy chảo, nhưng bạn sẽ mất hương vị thịt.

c) Ngay khi mỡ chảy ra hoặc bắt đầu xèo xèo, hãy cho từng miếng thịt vào một lúc và áp chảo, xoay các miếng thịt cho kín các mặt.

d) Hạ nhiệt và thêm hành tây và tỏi, thỉnh thoảng khuấy cho đến khi hành tây trong mờ. Thêm hạt thì là khô, rau oregano và bột ớt tươi nhất mà bạn có thể nhận được; đảo đều để thịt ngấm gia vị, thêm cà chua và ớt xanh vào, đun đến khi sôi thì hạ nhỏ lửa đun liu riu.

e) Đun sôi lại đậu đã ngâm và để sủi bọt gần như không thể nhận thấy cho đến khi chúng mềm - 30 phút đến một giờ, tùy thuộc vào loại đậu.

f) Trong khi đó, hãy quan sát hỗn hợp thịt để không bị quá khô, thêm nước hoặc nước kho nếu cần để duy trì độ đặc khá lỏng. Nếm gia vị, thêm muối và hạt tiêu nếu cần, và một chút Tabasco khi vị giác của bạn quyết định.

g) Sau khoảng 1 tiếng rưỡi (thời gian sẽ phụ thuộc vào chất lượng và độ dai của miếng thịt nai) lấy mẫu thịt; nếu mềm hớt bỏ mỡ thừa - hoặc cho vào tủ lạnh qua đêm để mỡ đông lại dễ lấy ra. Thêm masa harina để làm đặc.

h) Sau đó, kết hợp ớt với đậu đã nấu chín, đun sôi trở lại và để hương vị hòa quyện trong 30 phút nữa.

28. Súp thịt nai

Thành phần:

- 2 hoặc 3 lbs. xương nai với một ít thịt
- 1-16 oz. pkg. Rau súp đông lạnh
- 1 nhánh mùi tây
- 1 tép tỏi, băm nhỏ
- Muối và tiêu
- 1-16 oz. lon cà chua

HƯỚNG DẪN

a) Cho xương vào lò nướng kiểu Hà Lan và chỉ ngập nước. Đun nhỏ lửa trong hai giờ. Loại bỏ xương và loại bỏ bất kỳ phần thịt còn lại nào bằng nĩa. Xúc xắc bất kỳ khối lớn. Tiết kiệm ba cốc cổ phiếu và loại bỏ phần còn lại.

b) Thêm thịt, rau đông lạnh, mùi tây, tỏi, muối và hạt tiêu. Nghiền hoặc cắt nhỏ cà chua và cho vào nồi cùng với nước ép từ lon.

c) Khuấy, đun sôi nhanh. Giảm nhiệt xuống rất thấp, đậy nắp chặt và đun nhỏ lửa trong một giờ. Thêm một chút nước nếu cần.

d) Sau đó rắc thêm một chút tiêu và thưởng thức.

29. Buck và Bourbon

Thành phần:

- 2-2½ lbs. thịt nai, cắt thành 1½" khối
- 5 T. florua
- 1 t.muối
- ¼ muỗng cà phê tiêu
- 1½ T. dầu hoặc mỡ lợn
- 2 củ hành vừa, thái hạt lựu
- ½ c. ớt xanh xắt nhỏ
- 2 tép tỏi, thái hạt lựu
- 1 chén nước sốt cà chua, đóng hộp hoặc tự làm
- ½ giờ. cỏ xạ hương hoặc hương thảo nghiền nát (hoặc cả hai)
- 3 oz. rượu whisky ngô
- ½ c. nước với khối nước dùng

HƯỚNG DẪN

a) Trong một cái chảo (có nắp để sử dụng sau này) làm nâu các khối thịt đã lắc hoặc lăn trong bột mì, muối và hạt tiêu ở lửa chậm đến trung bình. Đừng làm đông các miếng thịt mà hãy rán vàng trong dầu hoặc mỡ lợn và vớt ra khi chúng đã sẵn sàng, sau đó để sang một bên.

b) Xào hành tây, ớt xanh và tỏi trong cùng một chảo cho đến khi mềm.

c) Thêm các viên thịt đã chín vàng và các nguyên liệu còn lại vào, đậy nắp và đun nhỏ lửa trong khoảng 1 tiếng rưỡi.

30. Thịt nai hoặc Moose Steak

Thành phần:

- 4-5 củ hành tây
- 3 quả ớt xanh
- 18-20 cái nấm
- $\frac{1}{4}$ cân Anh bơ
- 2 lá nguyệt quế
- 3-4 lạng. thịt nai hoặc thịt nai sừng tấm, muối và hạt tiêu dày $1\frac{1}{2}$-2 inch
- 4 tép tỏi, đập dập

HƯỚNG DẪN

a) Hành tây, ớt xanh và nấm thái hạt lựu. Lấy một cái chảo gang và chiên những thứ này trong bơ với lá nguyệt quế. Sau đó lấy bít tết và xát muối, hạt tiêu và tép tỏi đập dập

b) vào thịt ở cả hai bên. Xào với hành và ớt. Đừng nấu quá chín, vì điều này sẽ làm cho nó khó khăn.

31 . xúc xích trò chơi

Thành phần:

- 1 củ hành tây nhỏ, xắt nhỏ
- 2 tép tỏi, băm nhỏ
- 6 oz. mỡ lưng heo, cắt miếng
- 1 cốc sherry khô
- ½ cân Anh sườn trò chơi màu đỏ
- ½ cân Anh thịt nai hầm ¼ c. rau mùi tây xắt nhỏ 1 t. húng tây
- 1 T. muối kosher
- ½ giờ. tiêu đen xay thô
- 1 T. sốt Worrouershire
- 2 thìa hạt thì là
- 2 giờ lái xe
- Một nhúm muối
- Vỏ xúc xích, ngâm trong 30 phút trong nước ấm
- Nước

HƯỚNG DẪN

a) Xào từ từ hành và tỏi trong mỡ lưng cho đến khi mềm và vàng. Thêm sherry và nấu nhanh hơn trong 4-5 phút.
b) Cắt hai loại thịt thành từng miếng thô rồi cho vào máy xay thực phẩm hoặc qua lưỡi dao vừa của máy xay cùng với hỗn hợp hành tỏi và các nguyên liệu còn lại .
c) Chiên một miếng hỗn hợp này và nếm thử xem đã đủ gia vị chưa; nếu không, chính xác. Nếu bạn không có dụng cụ nhồi xúc xích, hãy sử dụng túi ni lông.
d) Trượt một đoạn dài của vỏ đã ngâm nước lên trên phễu. Buộc một nút ở phía xa. Buộc nhồi qua phễu. Sau khi vỏ đầy khoảng 2 inch rưỡi, vặn nó và buộc lại, sau đó tiếp tục cho đến khi hết thịt xúc xích. Buộc một nút ở cuối vỏ.

e) NẤU ĂN: Đun nhỏ lửa xúc xích trong nước, muối nhẹ và tiêu. Chúng nên được nấu chín trong 15 phút.

32. xúc xích thịt nai

Thành phần:

- 10 lạng. thịt nai
- 10 lạng. con lợn
- $\frac{1}{4}$ cân Anh muối
- 4 hoặc 5 tép tỏi, nghiền nát
- 3 T. ớt đỏ nghiền
- 8 T. chà cưa
- 4 lạng. vỏ xúc xích

HƯỚNG DẪN

a) Xay thịt nai và thịt lợn cùng nhau 1 lần, thêm gia vị, trộn đều và xay thêm 2 lần. Nhồi thịt vào bì đã rửa sạch hoặc làm chả.

b) Khi phục vụ, cho phép khoảng $\frac{1}{2}$ lb. mỗi người. Đặt vào một cái chảo nặng với lượng nước đủ ngập đáy chảo. Nấu trên lửa vừa và thấp, 30 đến 45 phút. Tháo vỏ và màu nâu. Làm cho khoảng 40 phần ăn. Bảo quản trong tủ đông.

33. Tangy thịt nai Kabobs

Thành phần:

- $1\frac{1}{2}$ đến 2 lbs. thịt nai, cắt thành khối 1 "
- $\frac{3}{4}$ c. nước xốt salad kiểu Ý đóng chai
- $\frac{1}{4}$ c. nước cốt chanh
- 1 T Sốt Worrouershire
- $\frac{1}{4}$ c. hành lá băm nhỏ
- 2 quả ớt xanh nhỏ, giảm một nửa và làm tư
- 1 củ hành vừa, cắt thành nêm
- 8 nấm tươi
- 8 quả cà chua bi

HƯỚNG DẪN

a) Trộn nước xốt, nước cốt chanh, Worcestershire và hành tây trong đĩa thủy tinh hầm. Cho thịt vào, đậy nắp và ướp trong tủ lạnh, thỉnh thoảng trở thịt trong 4 giờ hoặc qua đêm.

b) Trên xiên kabob, xâu ớt chuông, thịt nai, hành tây, nấm, lặp lại bắt đầu với ớt chuông.

c) Chải với nước xốt còn lại. Đặt kabobs trên vỉ nướng hoặc than (một lớp) và nấu khoảng 10 phút, thỉnh thoảng trở mặt.

d) Phủ cà chua bi lên trên, lật kabob lại, phết nước xốt và nấu thêm 5 phút hoặc cho đến khi chín như ý muốn.

e) Làm 4 phần ăn (2 kabob mỗi phần).

34. Thịt nai hầm công ty

Thành phần:

- 6 oz. thịt xông khói nạc
- $\frac{3}{4}$ c. bột mì $\frac{1}{2}$ t.bột tiêu
- 3 lạng. 4 oz. thịt nai, khối
- 1 cân Anh Hành tây, xắt nhỏ
- 1 cân Anh cà rốt, thái lát dày
- 1 hộp lớn ô liu chín, đọ sức
- $3\frac{1}{2}$ c. nước dùng thịt bò
- rượu vang đỏ
- 1 T. giấm
- 3 oz. bột cà chua
- 1 tép tỏi, băm nhỏ
- Tại húng tây, nghiền nát
- 1 lá nguyệt quế
- c. mùi tây, xắt nhỏ

HƯỚNG DẪN

a) Kết hợp bột mì, muối và hạt tiêu và nạo vét các khối thịt nai. Trong một lớp sành lớn thịt xông khói, thịt nai và rau.

b) Kết hợp nước dùng thịt bò và các thành phần còn lại. Đổ tất cả vào và đun nhỏ lửa trong 8-12 giờ hoặc cho đến khi chín mềm.

35. Salami thịt nai

Thành phần:

- 2 lạng. thịt nai
- 1 cốc nước
- 2 T. Muối ăn
- 1 T. Khói Lỏng
- 1 T. bột tỏi
- 1 T. bột hành
- 1 muỗng cà phê tiêu tươi nứt
- 1 T. hạt tiêu tươi
- 1 muỗng cà phê thì là
- 1 T. hạt cải
- $\frac{1}{4}$ muỗng cà phê ớt cayenne

HƯỚNG DẪN

a) Trộn tất cả các thành phần với nhau và cuộn thành những cuộn nhỏ có đường kính khoảng $1\frac{1}{2}$ inch.

b) Làm lạnh trong 24 giờ để hương vị phát triển. Đặt trên chảo tấm và nướng ở 300 / trong 30-45 phút.

36. Người Mỹ xúc xích thịt nai

THÀNH PHẦN:

- 4 pound thịt nai xay thô
- 1 pound thịt xông khói xay mịn
- 1 thìa muối
- 1 muỗng canh cây xô thơm
- 1 muỗng cà phê hạt tiêu
- 2 muỗng canh đường
- 1 muỗng cà phê rau mùi
- $1\frac{1}{2}$ muỗng cà phê hạt mù tạt
- 6 tép tỏi ép
- 2 muỗng canh tiêu đen
- 1 cốc nước lạnh

HƯỚNG DẪN:

a) Kết hợp tất cả các thành phần, trộn kỹ và nhét vào vỏ lợn.

b) Để nấu, luộc, nướng, hoặc chiên.

37. Tacos thịt nai giòn

Làm cho: 7 phần ăn

THÀNH PHẦN:

- 1 pound thịt nai xay
- 21 vỏ taco
- 2 muỗng canh sốt taco
- 1 lon Taco Bell đậu tái chiên
- 1-2 chén rau diếp thái nhỏ
- 1 muỗng cà phê hỗn hợp gia vị ớt
- $1\frac{1}{2}$ chén phô mai vụn

HƯỚNG DẪN:

a) Bắt đầu làm nóng lò nướng của bạn ở nhiệt độ 325 độ C rồi cho thịt nai đã xay vào chảo rán vừa, cho đến khi thịt có màu vàng nâu mịn.

b) Thêm 2 muỗng canh nước sốt, gia vị và đậu chiên, nấu cho đến khi ấm đều.

c) Trong khi đó, làm nóng từng chiếc bánh tortilla trong lò nướng trong vài phút, sau đó cho rau diếp, nước sốt, hỗn hợp thịt và một ít pho mát bào nhỏ vào.

38. Giăm bông thịt nai cắm trại

THÀNH PHẦN:

CẢ NGÀY

- 1 giăm bông thịt nai

ƯU ĐÃI QUA ĐÊM:

- dầu ô liu
- rượu vang đỏ
- mù tạc
- gia vị, muối và hạt tiêu

THIẾT BỊ ĐẶC BIỆT:

- vải thưa
- đất sét ướt
- cây búa

HƯỚNG DẪN:

a) Bắt đầu chuẩn bị từ sáng sớm. Bọc anh ta trong vải thưa. Sau đó phủ hoàn toàn bằng đất sét ướt, chất lượng tốt, dày khoảng $\frac{1}{4}$ inch. Hãy chắc chắn rằng tất cả giăm bông được phủ đều.

b) Đốt lửa ở nơi có thể dập lửa an toàn. Một cái hố có thể được sử dụng. Xây dựng lửa hào phóng, bao gồm cả một số gỗ cứng. Khi ngọn lửa có than nóng đỏ, hãy che lửa hoàn toàn, lấp lửa bằng đất lấy ra từ hố hoặc tro từ ngày hôm trước.

c) Để anh ta trong than cả ngày. Khi nướng xong, đất sét sẽ phát ra âm thanh giống như bề mặt gốm khi gõ vào.

d) Đập đất sét bằng vật cứng, búa là tốt. Cú đánh sẽ làm vỡ đất sét xung quanh giăm bông.

e) Tháo vải phô mai. Phục vụ.

39. Mẹo thịt thăn

THÀNH PHẦN:

- chọn miếng thịt nai
- 3 củ hành Vidalia (thái lát)
- tỏi
- muối và tiêu (hai vị)
- $\frac{1}{2}$ chén bột mì
- 3 gói sốt tiêu xanh thập cẩm yêu thích
- các loại rau khác tùy chọn

HƯỚNG DẪN:

a) Lấy thịt nai chọn lọc và loại bỏ hết lớp da bạc. Rửa kỹ. Nướng trên lửa trong khoảng 2 phút mỗi bên. Cắt thành khối. Lấy chảo ra khỏi lửa.

b) Thêm hành, tỏi, muối và hạt tiêu. Phi thơm hành tây rồi vớt ra khỏi chảo.

c) Lấy hỗn hợp bột mì và nước thịt, cho vào một cốc nước trong chảo lớn.

d) Trong khi khuấy trên lửa nóng, thêm thịt nai, ớt xanh và bất kỳ loại rau nào khác mà bạn muốn. Khuấy thường xuyên cho đến khi tất cả nước thịt và bột mì được hấp thụ vào nước thịt.

40. **thịt nai nướng**

THÀNH PHẦN:

- 1-28 oz. đóng chai nước sốt thịt nướng
- 1 cốc nước sốt cà chua
- 2 T. dưa chua
- 1 chén nước dùng thịt bò hoặc chảo nước thịt nai nướng
- 1 củ hành tây nhỏ, xắt nhỏ
- 2 nhánh cần tây, xắt nhỏ
- 2 lạng. thịt nai nướng chín

HƯỚNG DẪN: :

a) Trộn tất cả **CÁC THÀNH PHẦN:** ngoại trừ thịt nai trong một cái chảo lớn. Nấu trên lửa nhỏ trong khoảng 30 phút hoặc cho đến khi nước sốt đặc lại.

b) Cắt thịt mông nướng vào nước sốt sủi bọt và đun nhỏ lửa cho đến khi thịt vừa chín tới.

c) Làm 5 phần ăn gồm 2 bánh sandwich thịnh soạn cho mỗi người.

41. Thịt nai Stroganoff

phục vụ 4

- 1 muỗng canh dầu ô liu
- 1 pound thịt nai xay
- 1 củ hành vừa, xắt nhỏ
- 1/2 pound nấm, thái lát
- 2-4 tép tỏi, băm nhỏ
- Muối và hạt tiêu cho vừa ăn
- 1 chén nước cốt dừa không đường
- 1 muỗng canh dong riềng
- 2 chén mì gạo lứt nấu chín

a) Đun nóng dầu trong chảo lớn trên lửa vừa. Thêm thịt xay và hành tây và nấu cho đến khi thịt bò có màu nâu và không còn màu hồng.
b) Thêm nấm và tỏi. Tiếp tục nấu cho đến khi nấm có màu nâu. Nêm với muối và hạt tiêu.
c) Trộn nước cốt dừa với dong riềng và thêm vào hỗn hợp thịt.
d) Đun sôi, giảm nhiệt và đun nhỏ lửa trong vài phút.
e) Phục vụ mì gạo lứt.

42. Salad thịt nai-rau bina

phục vụ 2

SÀ LÁCH THỊT

- 1 miếng bít tết thịt nai
- Muối và hạt tiêu cho vừa ăn
- 3-4 chén lá rau mồng tơi
- 1 chén dâu tây thái lát
- 1/4 chén hạnh nhân thái lát

GIẤM:

- 1 chén dâu tây xắt nhỏ
- 2/3 chén dầu ô liu nguyên chất
- 1/2 chén giấm trắng chưng cất
- 2 tép tỏi, băm nhỏ
- 1 1/2 muỗng cà phê hạt anh túc
- 1 muỗng cà phê muối
- Hạt tiêu đen tươi để hương vị

a) Kết hợp tất cả các thành phần vào một bộ xử lý thực phẩm hoặc máy xay sinh tố và xay nhuyễn cho đến khi mịn.
b) Chuẩn bị vỉ nướng ở nhiệt độ trung bình cao.
c) Nêm thịt nai với muối và hạt tiêu và nướng khoảng 5 phút mỗi bên hoặc cho đến khi chín tới độ chín mong muốn.
d) Để thịt nai trong 10 phút, sau đó cắt lát.
e) Trộn rau bina với dâu tây và bày ra đĩa. Rắc hạnh nhân và trên cùng với thịt nai thái lát.
f) Rưới dầu giấm lên món salad và dùng ngay.

43. Bít tết thịt nai Juniper với bắp cải đỏ

Làm cho: 2

THÀNH PHẦN:

- 1 muỗng cà phê quả bách xù
- 2 x 200g thịt nai bít tết
- 1 muỗng canh dầu ô liu nhẹ
- cổng 100ml
- 250ml nước dùng gà
- 1 muỗng cà phê lá húng tây
- 1 muỗng canh thạch rượu vang đỏ
- 25g bơ
- Muối biển và hạt tiêu đen mới xay
- Đối với bắp cải đỏ om
- 50g bơ
- 1 củ hành tây nhỏ, bóc vỏ và thái hạt lựu
- 2 tép tỏi, bóc vỏ và thái nhỏ
- 1 muỗng canh đường nâu mềm
- 1 muỗng canh giấm rượu vang đỏ
- 100ml rượu vang đỏ
- 300g bắp cải đỏ, thái nhỏ
- 100ml nước dùng gà
- ½ muỗng cà phê hỗn hợp gia vị xay

HƯỚNG DẪN:

a) Làm nóng lò ở nhiệt độ 200°C/quạt 180°C/Khí 6.

b) Đầu tiên làm bắp cải đỏ. Đặt một cái chảo trên lửa vừa và thêm một nửa bơ. Khi nó đã tan chảy, thêm hành tây và nấu trong 2 phút trước khi thêm tỏi và nấu thêm một phút nữa. Thêm đường, giấm, rượu, bắp cải, nước dùng gà và hỗn hợp gia vị. Đun nhỏ lửa và nấu trong 10-12 phút hoặc cho đến khi bắp cải mềm.

c) Trong khi đó, sử dụng chày và cối, nghiền nát cây bách xù. Rắc lên cả hai mặt thịt nai, nêm muối và hạt tiêu.
d) Đặt chảo chống dính, chịu nhiệt trên lửa lớn. Khi dầu nóng, cho dầu vào, sau đó cho miếng thịt nai vào chiên vàng trong 1-2 phút cho mỗi mặt, tùy thuộc vào độ dày của miếng thịt. Chuyển chảo vào lò nướng trong khoảng 6 phút đối với bít tết tái vừa. Đặt bít tết lên đĩa ấm để nghỉ ngơi.
e) Đặt lại chảo lên bếp, quấn một chiếc khăn quanh tay cầm vì chảo sẽ rất nóng. Khử men chảo bằng cổng và để nó giảm đi một nửa.
f) Thêm nước dùng gà và cỏ xạ hương và giảm một nửa. Lọc hỗn hợp qua rây, sau đó đổ lại vào chảo. Khi nóng, thêm rượu vang đỏ thạch, để cho nó tan chảy, sau đó khuấy trong bơ. Nêm nếm lại cho vừa ăn rồi tắt bếp.
g) Kiểm tra bắp cải, nêm muối và hạt tiêu cho vừa ăn, sau đó cho 25g bơ còn lại vào đảo đều.
h) Thái thịt nai thành lát dày và bày ra đĩa cùng với bắp cải đỏ. Thìa sốt port lên thịt để phục vụ.

44. Nhân bánh thịt băm

Thành phần:

- 2 chén mỡ băm nhỏ
- 4 lbs thịt bò xay hoặc 4 lb thịt nai xay và 1 lb xúc xích
- 5 lít táo xắt nhỏ
- 2 lbs nho khô không hạt sẫm màu
- 1 lb nho khô trắng
- 2 lít rượu táo
- 2 muỗng canh bột quế
- 2 muỗng cà phê hạt nhục đậu khấu
- 5 chén đường
- 2 muỗng canh muối

HƯỚNG DẪN

a) Nấu thịt và mỡ trong nước để tránh bị thâm. Gọt vỏ, lõi và một phần tư quả táo. Cho thịt, mỡ và táo vào máy xay thực phẩm có lưỡi vừa.

b) Kết hợp tất cả các thành phần trong một cái chảo lớn và đun nhỏ lửa trong 1 giờ hoặc cho đến khi hơi đặc lại. Khuấy thường xuyên.

c) Đổ đầy hỗn hợp vào lọ nóng ngay lập tức, để lại khoảng trống 1 inch.

d) Loại bỏ bọt khí và điều chỉnh khoảng trống nếu cần. Lau sạch vành lọ bằng khăn giấy sạch đã được làm ẩm.

e) Điều chỉnh nắp đậy và xử lý.

45. Súp thịt viên thịt nai

Nguyên liệu

- $\frac{1}{2}$ cân Anh Thịt nai hoặc thịt cừu nạc,
- nối đất hai lần
- $\frac{1}{2}$ chén cơm chín
- $\frac{1}{4}$ cốc hành tây thái nhỏ
- $\frac{1}{4}$ cốc Rau mùi tây thái nhỏ
- 2 lon Nước dùng gà cô đặc
- (10-1/2 ounce mỗi loại)
- 2 lon Nước
- ⅓ cốc Nước chanh
- 2 trứng
- muối, hạt tiêu

HƯỚNG DẪN

a) Kết hợp bốn **Thành phần đầu tiên** . Tạo hình thành những quả bóng $\frac{3}{4}$ inch. Đun nóng nước dùng và nước đến điểm sôi.

b) Thêm thịt viên; đun nhỏ lửa 15 đến 20 phút. Trong một cái thố súp, đánh nước cốt chanh và trứng cho đến khi mịn.

c) Dần dần đánh trong nước dùng nóng. Thêm thịt viên cuối cùng. Nêm muối, tiêu cho vừa ăn.

46. thịt nai Chili

THÀNH PHẦN:

- $\frac{1}{2}$ cân Anh pinto hoặc đậu đỏ
- 4 lạng. thịt nai thái nhỏ (cổ, sườn, đĩa, ức, tròn, chân, cẳng) $1\frac{1}{2}$ t. hạt thì là
- $\frac{1}{2}$ c. suet xắt nhỏ hoặc sowbelly cắt thành dải julienne
- 6 củ hành tây cỡ tốt, xắt nhỏ
- 2-4 tép tỏi, băm nhỏ
- 1 thìa canh oregano
- 3 T. ớt bột tươi
- 1 hộp lớn cà chua Ý bóc vỏ
- 1 lon ớt xanh nhỏ
- Muối và tiêu
- Nước sốt Tabasco (không bắt buộc)
- 2 T. tức thì masa harina hoặc Polenta

HƯỚNG DẪN:

a) Đậu rửa sạch, tráng nước lạnh, đun sôi rồi để nhỏ lửa trong 2 phút; điều kiện ánh sáng, đậy kín, 1 giờ. Chuẩn bị thịt (thịt hầm là tốt nhất nếu không có chất béo) bằng cách cắt thành khối 1 inch.

b) Cho hạt thì là vào chảo trên lửa vừa và tiếp tục đảo cho đến khi bốc khói và chuyển sang màu bánh mì nướng; sau đó trải chúng trên một mặt phẳng và nghiền nát bằng một cái cán. Bây giờ làm tan chảy suet hoặc sowbelly trong một cái chảo lớn; bạn có thể thay thế đủ dầu thực vật hoặc chất làm ngắn khác để tráng đáy chảo, nhưng bạn sẽ mất hương vị thịt.

c) Ngay khi mỡ chảy ra hoặc bắt đầu xèo xèo, hãy cho từng miếng thịt vào một lúc và áp chảo, xoay các miếng thịt cho kín các mặt.

d) Hạ nhiệt và thêm hành tây và tỏi, thỉnh thoảng khuấy cho đến khi hành tây trong mờ. Thêm hạt thì là khô, rau oregano và bột ớt tươi nhất mà bạn có thể nhận được; đảo đều để thịt ngấm gia vị, thêm cà chua và ớt xanh vào, đun đến khi sôi thì hạ nhỏ lửa đun liu riu.

e) Đun sôi lại đậu đã ngâm và để sủi bọt gần như không thể nhận thấy cho đến khi chúng mềm - 30 phút đến một giờ, tùy thuộc vào loại đậu.

f) Trong khi đó, hãy quan sát hỗn hợp thịt để đảm bảo rằng nó không bị quá khô, thêm nước hoặc nước kho nếu cần để duy trì độ đặc khá lỏng. Nếm gia vị, thêm muối và hạt tiêu nếu cần, và một chút Tabasco khi vị giác của bạn quyết định.

g) Sau khoảng 1 tiếng rưỡi (thời gian sẽ phụ thuộc vào chất lượng và độ dai của miếng thịt nai) lấy mẫu thịt; nếu mềm hớt bỏ mỡ thừa - hoặc cho vào tủ lạnh qua đêm để mỡ đông lại dễ lấy ra. Thêm masa harina để làm đặc.

h) Sau đó, kết hợp ớt với đậu đã nấu chín, đun sôi trở lại và để hương vị hòa quyện trong 30 phút nữa.

47. Hươu Mỹ mọc sừng

THÀNH PHẦN:

- dạ dày hươu
- 3 ounces suet
- 1 củ hành tây
- 8 lạng thịt nai
- 3 ounce bột yến mạch
- muối tiêu

HƯỚNG DẪN:

a) Trộn các thành phần trên. Rửa sạch dạ dày hươu và lộn từ trong ra ngoài.

b) Đổ đầy hỗn hợp vào dạ dày, sau đó buộc ở hai đầu. Đun sôi trong 45 phút.

c) Khi bạn đã sẵn sàng để ăn loại xúc xích khác thường này, hãy chiên nó trong mỡ nóng cho đến khi có màu nâu, khoảng 15 phút. Phục vụ đường ống nóng.

48. bánh mì thịt nai

2 lạng. thịt nai
1/2 chén vụn bánh mì
1/2 cốc sữa
1 trứng lớn
1/4 chén sốt cà chua
1 muỗng canh sốt Worrouershire
1 muỗng cà phê bột tỏi
1 muỗng cà phê bột hành
Muối và hạt tiêu cho vừa ăn

HƯỚNG DẪN

Làm nóng lò ở nhiệt độ 350°F (180°C).

Trong một bát lớn, kết hợp thịt nai xay, vụn bánh mì, sữa, trứng, sốt cà chua, sốt Worrouershire, bột tỏi, bột hành, muối và hạt tiêu.

Trộn đều và định hình thành một ổ bánh mì.

Đặt bánh mì thịt vào đĩa nướng và nướng trong 1 giờ hoặc cho đến khi chín.

Để yên trong 5 phút trước khi cắt và phục vụ.

49. Burger thit nai

1 cân Anh thịt nai
1/4 chén vụn bánh mì
1 quả trứng
1 muỗng cà phê nước sốt Worrouershire
1/2 muỗng cà phê bột tỏi
1/2 muỗng cà phê bột hành
Muối và hạt tiêu cho vừa ăn
Bánh burger và toppings của sự lựa chọn của bạn

HƯỚNG DẪN

Trong một bát lớn, kết hợp thịt nai xay, vụn bánh mì, trứng, sốt Worrouershire, bột tỏi, bột hành, muối và hạt tiêu.

Trộn đều và định hình thành bốn miếng.

Làm nóng vỉ nướng hoặc chảo trên lửa vừa và cao.

Nướng miếng chả trong 3-4 phút mỗi mặt, hoặc cho đến khi chín theo ý thích của bạn.

Phục vụ trên bánh với toppings yêu thích của bạn.

50. thịt nai nướng

3-4 lạng. thịt nai nướng
1 củ hành tây lớn, xắt nhỏ
4 tép tỏi, băm nhỏ
2 chén nước dùng thịt bò
1 chén rượu vang đỏ
2 muỗng canh dầu ô liu
2 muỗng canh giấm balsamic
1 muỗng canh mù tạt Dijon
1 muỗng cà phê cỏ xạ hương khô
1 muỗng cà phê hương thảo khô
Muối và hạt tiêu cho vừa ăn

HƯỚNG DẪN

Làm nóng lò ở nhiệt độ 350°F (180°C).

Đun nóng dầu ô liu trong lò nướng lớn của Hà Lan ở nhiệt độ trung bình cao.

Thêm thịt nai và nâu trên tất cả các mặt.

Lấy thịt nai ra khỏi nồi và đặt sang một bên.

Thêm hành tây và tỏi vào nồi và nấu cho đến khi hành tây trong mờ.

Thêm nước dùng thịt bò, rượu vang đỏ, giấm balsamic, mù tạt Dijon, húng tây, hương thảo, muối và hạt tiêu.

Cho thịt nai trở lại nồi và đun sôi.

Đậy nắp nồi và chuyển vào lò nướng.

Nướng trong 2-3 giờ, hoặc cho đến khi thịt nai mềm và dễ dàng tách ra.

Ăn nóng với khoai tây nghiền hoặc rau nướng.

51. Thịt nai Shepherd's Pie

2 lạng. thịt nai hầm, thái khối
2 muỗng canh dầu ô liu
1 củ hành tây lớn, xắt nhỏ
3 tép tỏi, băm nhỏ
2 chén nước dùng thịt bò
1 chén rượu vang đỏ
4 củ cà rốt, gọt vỏ và xắt nhỏ
2 nhánh cần tây, xắt nhỏ
2 củ khoai tây, gọt vỏ và cắt khối
1 muỗng cà phê cỏ xạ hương khô
1 muỗng cà phê hương thảo khô
Muối và hạt tiêu cho vừa ăn
4 chén khoai tây nghiền
1 chén phô mai cheddar bào nhỏ

HƯỚNG DẪN

Làm nóng lò ở nhiệt độ 375°F (190°C).
Trong một cái nồi lớn, đun nóng dầu ô liu trên lửa vừa.
Thêm thịt nai và nâu trên tất cả các mặt.
Thêm hành tây và tỏi, và nấu cho đến khi hành tây trong mờ.
Thêm nước dùng thịt bò, rượu vang đỏ, cà rốt, cần tây, khoai tây, húng tây, hương thảo, muối và hạt tiêu.
Đun sôi, sau đó giảm nhiệt xuống thấp và đun nhỏ lửa trong 1-2 giờ, thỉnh thoảng khuấy.
Thìa hỗn hợp thịt nai vào một món nướng lớn.
Trải khoai tây nghiền lên trên thịt nai.
Rắc phô mai cheddar bào nhỏ.
Nướng trong 30 phút, hoặc cho đến khi phô mai tan chảy và sủi bọt.
Phục vụ nóng.

52. thịt nai kebab

2 lạng. thịt nai hầm, thái khối
1/2 chén dầu ô liu
1/4 chén giấm balsamic
2 muỗng canh mù tạt Dijon
2 thìa mật ong
1 muỗng canh tỏi băm
1 muỗng canh cỏ xạ hương khô
Muối và hạt tiêu cho vừa ăn
Xiên gỗ ngâm nước 30 phút

HƯỚNG DẪN

Trong một bát lớn, trộn dầu ô liu, giấm balsamic, mù tạt Dijon, mật ong, tỏi, húng tây, muối và hạt tiêu.

Thêm thịt nai đã cắt khối vào nước xốt và quăng lên áo khoác.

Che và làm lạnh trong ít nhất 2 giờ, hoặc qua đêm.

Làm nóng vỉ nướng ở nhiệt độ trung bình cao.

Xiên thịt nai vào xiên gỗ.

Nướng trong 6-8 phút mỗi mặt, hoặc cho đến khi thịt nai chín tới độ chín mong muốn.

Ăn nóng với rau nướng hoặc salad.

53. Tacos thịt nai

2 lạng. thịt nai hầm, thái khối
1 muỗng canh dầu ô liu
1 củ hành tây lớn, xắt nhỏ
3 tép tỏi, băm nhỏ
2 ớt chuông, thái lát
1 thìa ớt bột
1 thìa thì là
1 muỗng cà phê ớt bột hun khói
Muối và hạt tiêu cho vừa ăn
Bánh ngô, hâm nóng
Xà lách cắt nhỏ, cà chua xắt nhỏ, phô mai cheddar cắt nhỏ và kem chua để phục vụ (tùy chọn)

HƯỚNG DẪN

Đun nóng dầu ô liu trong chảo lớn trên lửa vừa và cao.
Thêm thịt nai và nấu cho đến khi chín vàng ở tất cả các mặt.
Lấy thịt nai ra khỏi chảo và đặt sang một bên.
Thêm hành tây, tỏi và ớt chuông vào chảo và nấu cho đến khi mềm.
Thêm bột ớt, thì là, ớt bột hun khói, muối và hạt tiêu vào chảo và khuấy đều.
Cho thịt nai trở lại chảo và đảo đều cho thấm gia vị.
Nấu thêm 5-10 phút, hoặc cho đến khi thịt nai được nấu chín theo ý muốn của bạn.
Phục vụ hỗn hợp thịt nai trong bánh ngô ấm, bên trên là rau diếp thái nhỏ, cà chua xắt nhỏ, phô mai cheddar thái nhỏ và kem chua, nếu muốn.

54. Bít tết thịt nai với sốt việt quất

4 miếng bít tết thịt nai
Muối và hạt tiêu cho vừa ăn
1 muỗng canh dầu ô liu
1 muỗng canh bơ
1/2 chén quả việt quất
1/4 chén rượu vang đỏ
1/4 chén nước dùng thịt bò
2 thìa mật ong
1 muỗng canh giấm balsamic

HƯỚNG DẪN

Nêm miếng bít tết với muối và hạt tiêu.

Đun nóng dầu ô liu và bơ trong chảo lớn trên lửa vừa và cao.

Thêm bít tết thịt nai vào chảo và nấu trong 2-3 phút mỗi bên cho chín vừa hoặc lâu hơn nếu muốn.

Lấy bít tết thịt nai ra khỏi chảo và đặt sang một bên.

Thêm quả việt quất, rượu vang đỏ, nước dùng thịt bò, mật ong và giấm balsamic vào chảo và khuấy đều.

Đun nhỏ lửa trong 5-10 phút hoặc cho đến khi nước sốt đặc lại và quả việt quất nở ra.

Phục vụ bít tết thịt nai nóng với nước sốt việt quất.

55. thịt nai xào

2 lạng. thịt nai hầm, thái lát mỏng
1 muỗng canh bột bắp
1 muỗng canh nước tương
1 muỗng canh rượu gạo
1 muỗng canh dầu thực vật
2 tép tỏi, băm nhỏ
1 inch gừng, gọt vỏ và băm nhỏ
1 củ hành tây, thái lát
1 quả ớt chuông đỏ, thái lát
1 ớt chuông xanh, thái lát
Muối và hạt tiêu cho vừa ăn

HƯỚNG DẪN

Trong một cái bát, trộn bột bắp, nước tương và rượu gạo với nhau.

Cho thịt nai đã thái vào tô và trộn đều với nước xốt.

Đun nóng dầu thực vật trong chảo hoặc chảo lớn trên lửa lớn.

Thêm tỏi và gừng và xào trong 30 giây.

Thêm hành tây thái lát và xào trong 1-2 phút, hoặc cho đến khi mềm.

Thêm ớt chuông thái lát và xào trong 2-3 phút, hoặc cho đến khi chín mềm.

Lấy rau ra khỏi chảo hoặc chảo và đặt sang một bên.

Thêm thịt nai đã ướp vào chảo hoặc chảo và xào trong 3-4 phút, hoặc cho đến khi chín và chín.

Cho rau trở lại chảo hoặc chảo và khuấy đều.

Nêm muối và hạt tiêu cho vừa ăn.

Ăn nóng thịt nai xào với cơm hoặc bún.

56. Thịt viên thịt nai sốt nấm

2 lạng. thịt nai
1/2 chén vụn bánh mì
1/2 cốc sữa
1 quả trứng
2 muỗng canh mùi tây tươi xắt nhỏ
2 tép tỏi, băm nhỏ
1 muỗng canh dầu ô liu
1 củ hành tây, xắt nhỏ
8 oz. nấm, thái lát
1 chén nước dùng thịt bò
1/4 chén kem nặng
Muối và hạt tiêu cho vừa ăn

HƯỚNG DẪN

Trong một bát lớn, kết hợp thịt nai xay, vụn bánh mì, sữa, trứng, rau mùi tây và tỏi.
Sử dụng tay của bạn để trộn tất cả mọi thứ lại với nhau cho đến khi kết hợp tốt.
Định hình hỗn hợp thành thịt viên.
Đun nóng dầu ô liu trong chảo lớn trên lửa vừa và cao.
Cho thịt viên vào chảo và nấu trong 5-6 phút hoặc cho đến khi chín vàng các mặt.
Lấy thịt viên ra khỏi chảo và đặt sang một bên.
Thêm hành tây và nấm vào chảo và xào cho đến khi mềm.
Thêm nước dùng thịt bò vào chảo và khuấy để kết hợp.
Cho thịt viên trở lại chảo và đun sôi hỗn hợp.
Đậy nắp và nấu trong 10-15 phút hoặc cho đến khi thịt viên chín hẳn.
Lấy thịt viên ra khỏi chảo và đặt sang một bên.
Thêm kem nặng vào chảo và khuấy để kết hợp.

Đun nhỏ lửa trong vài phút hoặc cho đến khi nước thịt đặc lại.
Nêm muối và hạt tiêu cho vừa ăn.
Dùng nóng viên thịt nai với nước sốt nấm.

57. Joes Sloppy thit nai

1 cân Anh thịt nai
1 củ hành tây, xắt nhỏ
1 quả ớt chuông xanh, xắt nhỏ
2 tép tỏi, băm nhỏ
1 lon nước sốt cà chua
1/4 chén sốt cà chua
2 muỗng canh đường nâu
1 muỗng canh mù tạt
1 muỗng canh giấm táo
Muối và hạt tiêu cho vừa ăn
bánh hamburger, để phục vụ

HƯỚNG DẪN

Trong một cái chảo lớn, nấu thịt nai xay trên lửa vừa và cao cho đến khi chín vàng.
Thêm hành tây, ớt chuông xanh và tỏi vào chảo và xào cho đến khi mềm.
Khuấy nước sốt cà chua, sốt cà chua, đường nâu, mù tạt và giấm táo.
Nêm muối và hạt tiêu cho vừa ăn.
Đun hỗn hợp trên lửa nhỏ và nấu trong 10-15 phút, hoặc cho đến khi hỗn hợp đặc lại.
Phục vụ thịt nai cẩu thả nóng hổi trên bánh hamburger.

58. Enchilada thịt nai

Thành phần:

1 lb thịt nai xay
1/2 củ hành tây, thái hạt lựu
2 tép tỏi, băm nhỏ
1 muỗng cà phê thì là
1 thìa ớt bột
1/2 muỗng cà phê muối
1/4 muỗng cà phê tiêu đen
1 (10 oz) lon nước sốt enchilada
10 bánh ngô
1 chén phô mai hỗn hợp Mexico cắt nhỏ
Rau mùi tươi xắt nhỏ, để trang trí

HƯỚNG DẪN

Làm nóng lò ở 350 ° F. Mỡ một món nướng 9x13 inch.
Trong một cái chảo lớn, nấu thịt nai trên lửa vừa và cao cho đến khi có màu nâu, khuấy thường xuyên.
Thêm hành tây và tỏi vào chảo và nấu cho đến khi mềm.
Khuấy thì là, bột ớt, muối và hạt tiêu đen. Nấu trong 1-2 phút.
Đổ nước sốt enchilada vào chảo và khuấy đều.
Múc một lượng lớn hỗn hợp thịt nai lên từng chiếc bánh tortilla và cuộn lại thật chặt. Đặt mặt có đường may enchiladas úp xuống trong đĩa nướng đã chuẩn bị.
Đổ phần nước sốt còn lại lên enchiladas và rắc phô mai vụn.
Nướng trong 20-25 phút hoặc cho đến khi phô mai tan chảy và sủi bọt.
Trang trí với rau mùi xắt nhỏ và phục vụ.

59. thịt nai kéo

Thành phần:

3 lbs thịt nai nướng
1 muỗng canh dầu ô liu
1 muỗng canh ớt bột hun khói
1 muỗng canh bột tỏi
1 muỗng canh bột hành
1 muỗng canh ớt bột
1 chén nước dùng thịt bò
1 chén nước sốt thịt nướng
Muối và hạt tiêu cho vừa ăn

HƯỚNG DẪN

Làm nóng lò nướng của bạn ở nhiệt độ 350°F (175°C).

Xoa thịt nai nướng với dầu ô liu và nêm ớt bột hun khói, bột tỏi, bột hành, bột ớt, muối và hạt tiêu.

Đặt thịt nai vào đĩa nướng và đổ nước dùng thịt bò lên trên.

Đậy đĩa bằng giấy bạc và nướng trong lò đã làm nóng trước trong 3-4 giờ hoặc cho đến khi thịt nai chín mềm.

Lấy thịt nai ra khỏi đĩa nướng và xé nhỏ thịt bằng hai cái nĩa.

Cho thịt nai đã cắt nhỏ vào tô lớn và trộn sốt thịt nướng.

Dọn thịt nai đã kéo lên bánh bao, trên cơm hoặc trên luống rau xanh.

60. Hunter's soong với thịt nai xay

Thành phần:

1 lb thịt nai xay
1 muỗng canh dầu ô liu
1 củ hành tây, xắt nhỏ
2 tép tỏi, băm nhỏ
2 củ cà rốt, gọt vỏ và xắt nhỏ
2 nhánh cần tây, xắt nhỏ
1 chén đậu Hà Lan đông lạnh
1 chén nước dùng thịt bò
1 chén cà chua nghiền
2 muỗng canh tương cà chua
2 muỗng cà phê cỏ xạ hương khô
Muối và hạt tiêu cho vừa ăn
4 chén khoai tây nghiền nấu chín

HƯỚNG DẪN

Làm nóng lò nướng của bạn ở nhiệt độ 375°F (190°C).
Đun nóng dầu ô liu trong chảo lớn trên lửa vừa và cao. Thêm thịt nai xay và nấu cho đến khi chín.
Thêm hành tây, tỏi, cà rốt và cần tây vào chảo và nấu cho đến khi mềm.
Khuấy đậu Hà Lan, nước dùng thịt bò, cà chua nghiền, bột cà chua, cỏ xạ hương, muối và hạt tiêu.
Đun sôi hỗn hợp và nấu trong 5-10 phút hoặc cho đến khi chất lỏng giảm nhẹ.
Chuyển hỗn hợp thịt nai vào đĩa nướng 9x13 inch.
Trải khoai tây nghiền lên trên hỗn hợp thịt nai.
Nướng soong trong lò làm nóng trước trong 25-30 phút hoặc cho đến khi khoai tây có màu nâu vàng.

61. Pappardelle nấm thịt nai

Thành phần:

1 cân Anh mì ống pappardelle
1 cân Anh thịt nai
1/2 lb nấm, thái lát
2 tép tỏi, băm nhỏ
1/2 chén nước dùng thịt bò
1/2 chén rượu vang đỏ khô
1/2 chén kem nặng
1/4 chén phô mai Parmesan bào
2 muỗng canh. dầu ô liu
Muối và tiêu, hai vị

HƯỚNG DẪN
Nấu mì ống pappardelle theo hướng dẫn trên bao bì. Xả và đặt sang một bên.
Trong một cái chảo lớn, đun nóng dầu ô liu trên lửa vừa và cao. Thêm thịt nai xay và nấu cho đến khi có màu nâu, chia thành từng miếng nhỏ bằng thìa gỗ.
Thêm nấm thái lát và tỏi băm nhỏ, nấu trong 5 đến 7 phút hoặc cho đến khi nấm mềm.
Đổ nước dùng thịt bò và rượu vang đỏ vào, đun nhỏ lửa.
Giảm nhiệt xuống mức trung bình thấp và đun nhỏ lửa trong 10 đến 15 phút hoặc cho đến khi chất lỏng giảm đi một nửa.
Khuấy kem nặng và phô mai Parmesan bào, nêm muối và hạt tiêu cho vừa ăn.
Thêm mì ống pappardelle đã nấu chín vào chảo và đảo đều cho đến khi được phủ đều nước sốt.

Ăn nóng, trang trí thêm pho mát Parmesan bào nếu muốn.

62. Thịt nai cuộn kem phô mai

PHỤC VỤ 8 phần ăn

THÀNH PHẦN

1 lb thịt nai xay
8 oz kem phô mai nguyên chất, làm mềm ở nhiệt độ phòng
1/2 bó hành lá xắt nhỏ
1/2 củ hành tím xắt nhỏ
1-2 jalapenos thái hạt lựu
2 gói chả lụa
1/4 tsp ớt bột
1/4 muỗng cà phê bột hành
Thêm 1/8 tsp ớt cayenne nếu ăn cay
Muối và hạt tiêu cho vừa ăn

HƯỚNG DẪN

Làm nóng lò ở nhiệt độ 350 độ F. Chuẩn bị hai tấm nướng vừa phải bằng giấy da và xịt bằng bình xịt chống dính. Để qua một bên.
Nêm thịt nai với bột ớt, bột hành và ớt cayenne. Nấu trong chảo vừa trên lửa vừa cao cho đến khi chín.
Xả hết dầu mỡ nếu cần.
Chuyển thịt nai đã nấu chín vào một bát lớn với pho mát kem đã được làm mềm và thêm hành lá xắt nhỏ, hành tím, hành vàng, ớt jalapeno và nêm muối và hạt tiêu cho vừa ăn.
Dùng thìa khuấy đều cho đến khi các nguyên liệu được phân bổ đều và kem phô mai được trộn vào.
Lấy các cuộn hình lưỡi liềm ra khỏi bao bì và đặt từng cuộn phẳng trên khay nướng của bạn. Thìa khoảng 1/3 chén nhân vào mỗi cuộn, cho đến khi tất cả 8 cuộn đều được đổ đầy.

Gấp mỗi góc của cuộn vào giữa và ấn xuống để nó được đóng chặt. Sẽ không sao nếu có một số chỗ lấp đầy có thể nhìn thấy giữa các góc.
Đặt các tấm nướng vào lò nướng trong 8-12 phút (hoặc theo hướng dẫn trên bao bì) và lấy ra khỏi lò khi các cuộn hình lưỡi liềm có màu vàng nâu.
Phục vụ nóng. Phục vụ cùng với rau nướng, khoai tây nghiền súp lơ và / hoặc salad ăn kèm.
Bảo quản thức ăn thừa trong hộp kín trong tủ lạnh tối đa 3 ngày. Lò vi sóng để hâm nóng.

63. Bologneses thit nai

Thành phần

1 muỗng canh. dầu ô liu

1 củ hành vàng, thái hạt lựu

1 chén cà rốt thái hạt lựu (khoảng 2-3 củ cà rốt)

1 cân Anh thịt nai xay* (xem ghi chú bên dưới để biết các loại thịt khác)

3-4 tép tỏi, băm nhỏ

1 muỗng canh. gia vị của Ý

1 muỗng canh. đường (tùy chọn nhưng được đề xuất)

1 muỗng cà phê. muối

1/2 muỗng cà phê. hạt tiêu

6 oz. bột cà chua

1 muỗng canh. giấm rượu vang đỏ

1 chén rượu vang đỏ khô* (xem ghi chú)

28 oz. Cà chua nghiền

28-30 oz. (3 lon 10oz., 2 lon 14oz., hoặc 1 lon 28oz.) sốt cà chua

tùy chọn - vỏ phô mai parmesan

Mùi tây tươi + phô mai parmesan + mì ống để phục vụ

HƯỚNG DẪN

Đun nóng dầu ô liu trong một cái nồi lớn trên lửa vừa. Sau khi nóng, thêm hành tây và cà rốt và xào cho đến khi hành tây bắt đầu mềm, khoảng 5-7 phút.

Sau đó, thêm thịt nai xay và thịt nâu, nấu trong khoảng 8 phút và chia nhỏ thịt khi nấu.

Sau đó, thêm tỏi, gia vị Ý, muối, hạt tiêu và bột cà chua và xào trong 2 phút để gia vị tiết ra.

Khử men chảo bằng cách đổ giấm và rượu vang đỏ vào. Cạo bất kỳ chút hương vị nào ở đáy chảo.

Cuối cùng cho cà chua đã nghiền và nước sốt cà chua vào trộn đều. Nếu bạn có sẵn, hãy thêm vỏ hoặc phần cuối của một viên phô mai parmesan vào nước sốt. Nó giải phóng hương vị tuyệt vời trong quá trình nấu ăn.

Khi nước sốt sôi chậm, vặn lửa nhỏ và đậy nắp nồi. Để nước sốt sôi trong ít nhất 30 phút, nhưng một giờ đến vài giờ sẽ tốt hơn. Heck, cả ngày nếu bạn có nó!

Loại bỏ vỏ parmesan trước khi phục vụ và múc nước sốt lên mì ống mà bạn chọn. Lên trên với rau mùi tây tươi và phô mai parmesan nếu muốn.

TRÒ CHƠI THỊT

64. trái tim nhồi bông

Thành phần:

- 2-3 quả tim hươu tùy to nhỏ hoặc 1 quả tim nai
- 1 chén vụn bánh mì tươi
- 1 chén giăm bông băm nhỏ
- 1 chén mỡ thái nhỏ
- 1 quả trứng, đánh nhẹ
- $\frac{1}{4}$ c. mùi tây xắt nhỏ
- 1 nhánh kinh giới, xắt nhỏ, hoặc $\frac{1}{4}$ tấn khô
- 1 nhánh hương thảo, xắt nhỏ, hoặc $\frac{1}{4}$ t.khô
- 1 t.vỏ chanh nạo
- Muối và hạt tiêu mới xay
- 3 dải thịt xông khói
- 2 T. florua
- 2 c. nước sôi
- 2 t. tương cà chua

HƯỚNG DẪN

a) Ngâm lòng trong nước lạnh 1 tiếng. Dùng dao sắc loại bỏ gân và động mạch, sau đó rửa sạch và lau khô lòng.

b) Chuẩn bị nhân bằng cách trộn vụn bánh mì, giăm bông, mỡ, trứng, rau thơm và vỏ chanh với nhau. Hương vị và muối và hạt tiêu như mong muốn. Rạch một đường dài 2-3 inch ở một bên của mỗi trái tim và cho nhân vào. Quấn từng trái tim nhồi bông bằng một dải thịt xông khói và cố định bằng xiên.

c) Đặt trái tim thẳng đứng trong soong đất nung và nướng trong lò 350 độ trong 2-3 giờ, cho đến khi thịt mềm. Bỏ lòng ra đĩa đun nóng. Thêm bột mì vào chảo nhỏ giọt, khuấy đều và nấu một phút hoặc lâu hơn.

d) Tắt lửa, đổ nước sôi và bột cà chua vào, sau đó vặn lại lửa và khuấy khi nước sốt đặc lại. Đun nhỏ lửa trong vài phút, sau đó dùng trong nước sốt cùng với trái tim.

65. cốt lết heo rừng

- 2 lạng. cốt lết heo rừng
- 1 cốc bơ sữa
- 1 t.muối
- 3 quả bách xù, nghiền nát
- 1 T. bơ mềm
- 1 T. florua

HƯỚNG DẪN

a) Ngâm cốt lết trong 3 ngày trong buttermilk trong tủ lạnh. Để ráo nước và lau khô, sau đó chà xát với muối và cây bách xù nghiền nát. Lò nung nóng đến 350/. Đậy đáy chảo rang bằng $\frac{1}{4}$ inch nước sôi và đặt thịt lên giá đỡ nước. Nướng trong 1 giờ, thỉnh thoảng phết sữa bơ.

b) Trong khi đó, trộn đều bơ và bột bằng đầu ngón tay của bạn. Khi thịt mềm và không chảy máu khi đâm, khuấy bột bơ vào chất lỏng trong chảo rang. Khuấy cho đến khi dày và mịn và điều chỉnh gia vị.

66. heo rừng nướng

PHỤC VỤ 4

Thành phần:

- Thành phần gửi danh sách tạp hóa
- 1 củ hành tây, đại khái xắt nhỏ
- 4 tép tỏi, băm nhỏ
- 2 củ cà rốt, đại khái xắt nhỏ
- 2 cọng cần tây, đại khái xắt nhỏ
- 1/2 củ thì là, đại khái xắt nhỏ
- 1/2 chén dầu ô liu, chia
- Muối và hạt tiêu cho vừa ăn
- 1 1/2 pound thịt lợn rừng nướng
- 6 nhánh húng tây tươi
- 3 nhánh hương thảo tươi
- 1 muỗng canh oregano tươi
- 1/2 cốc nước

HƯỚNG DẪN

a) Làm nóng lò nướng đến 375 độ.

b) Cho rau xắt nhỏ (hành tây, 2 tép tỏi, cà rốt, cần tây và thì là) vào 1/4 chén dầu ô liu và nêm muối và tiêu. Đặt chúng dưới đáy chảo rang nhỏ và đặt sang một bên.

c) Đun nóng chảo trên lửa lớn cho đến khi rất nóng.

d) Nêm nướng với muối và hạt tiêu. Thêm một muỗng canh dầu ô liu vào chảo và chiên nướng ở tất cả các mặt.

e) Trong khi thịt đang cháy, lấy khoảng một nửa số rau thơm tươi bạn có và thái nhỏ. Cho các loại thảo mộc đã cắt nhỏ vào một cái bát nhỏ, thêm phần tỏi băm và dầu ô liu còn lại vào; khuấy để tạo thành một dán lỏng.

f) Sau khi thịt lợn rừng đã được làm khô, thoa hỗn hợp lên khắp thịt lợn và đặt lên trên các loại rau trong chảo rang.

g) Buộc các loại thảo mộc còn lại cùng với dây bện của người bán thịt và ném vào chảo rang.
h) Thêm nước vào chảo, sau đó đậy nắp chảo và nướng trong 1/2 giờ, hoặc miễn là đạt đến nhiệt độ bên trong 155-160 bằng nhiệt kế thịt.
i) Để yên khoảng năm phút trước khi cắt và ăn kèm với rau củ nướng.

67. Heo rừng hầm việt quất

Thành phần:

- 1 ký heo rừng (thái hạt lựu, vai hoặc chân)
- 1 1/2 muỗng canh dầu thực vật
- 1 củ hành tây (thái lát mỏng)
- 2 củ cà rốt
- 1 Cam (hữu cơ)
- 1 tép tỏi
- 1 cây đinh hương
- 1 thanh quế
- 4 quả bách xù
- 2 nhúm nhục đậu khấu
- 2 lá nguyệt quế
- 2 muỗng canh rượu cognac
- rượu vang đỏ (1 lít.)
- 4 muỗng canh nước dùng bò
- 2 muỗng canh mứt việt quất
- 200 gram việt quất tươi
- 2 muỗng canh bột mì (tùy chọn)
- canh gà

HƯỚNG DẪN

a) Cho thịt viên vào chảo dầu chiên vàng, sau đó vớt thịt ra để riêng.

b) Trong cùng một chảo, xào hành tây (thái lát mỏng) và cà rốt.

c) Thêm vỏ cam, tỏi nghiền, đinh hương, thanh quế và quả bách xù, sau đó nêm muối và hạt tiêu, rắc nhục đậu khấu và thêm garni bó hoa.

d) Cho thịt trở lại nồi và thêm rượu mạnh, flambé nếu muốn.

68. Lợn rừng Ragù

Thành phần:

- Vai hoặc chân lợn rừng nặng 1 pound, cắt thành miếng từ 1 đến 2 inch
- 1 nhánh hương thảo, xé làm đôi
- 4 tép tỏi, bóc vỏ
- 2 chén Chianti hoặc rượu vang đỏ khác, hoặc khi cần
- 3 muỗng canh dầu ô liu siêu nguyên chất
- 1 củ cà rốt nhỏ, thái nhỏ
- 1 nhánh cần tây nhỏ, thái nhỏ
- 1 củ hành tây nhỏ, thái nhỏ
- 1 chén cà chua đóng hộp, với chất lỏng của chúng
- 2 chén nước dùng rau hoặc nước
- Tagliatelle hoặc mì ống khác, để phục vụ

HƯỚNG DẪN

a) Vào đêm trước khi làm ragù, hãy đặt thịt vào một cái bát cùng với lá hương thảo, hạt tiêu, tỏi và lượng rượu vừa đủ. Che và làm lạnh qua đêm.

b) Bỏ lá hương thảo và tỏi. Xả thịt trong một cái rây đặt trên một cái bát, đặt rượu. Ở Hà Lan trên lửa vừa và cao, đun nóng dầu cho đến khi lung linh và thêm cà rốt, cần tây và hành tây. Xào cho đến khi mềm, 3 đến 5 phút.

c) Thêm thịt và nấu, khuấy thường xuyên, cho đến khi tất cả chất lỏng tiết ra từ thịt đã bay hơi và thịt có màu nâu, từ 10 đến 15 phút. Thêm rượu dành riêng và nấu, khuấy thường xuyên, cho đến khi hỗn hợp khô, 10 đến 15 phút.

d) Thêm cà chua, chia nhỏ chúng bằng thìa. Thêm 1 cốc nước, giảm nhiệt xuống rất thấp và nấu, đậy nắp một phần, ở mức lửa nhỏ trong 1 giờ.

e) Thêm nước dùng rau và tiếp tục đun nhỏ lửa, thỉnh thoảng khuấy, cho đến khi thịt bắt đầu vỡ ra, 1 tiếng rưỡi đến 2 tiếng rưỡi. Tắt bếp và dùng máy đánh trứng hoặc thìa để cắt thịt thành những miếng nhỏ rất mịn.

f) Phục vụ, nếu muốn, trên tagliatelle hoặc mì ống khác.

g)

69. Lợn rừng nấu chậm

Thành phần:

- Vai heo rừng 5-6 pound nướng hoặc vai heo thông thường
- dầu ô liu để phủ thịt nướng
- 2 muỗng canh gia vị bít tết Montreal hoặc hơn
- 1 củ hành tây với vỏ - xắt nhỏ
- 2 củ cà rốt - cắt thô
- 1 bó rau mùi tây - xắt nhỏ
- 6 tép tỏi
- 1 lon nhỏ nước ép cà chua hoặc bột nhão
- $\frac{1}{2}$ cốc rượu bourbon
- $\frac{1}{2}$ chén đường nâu

HƯỚNG DẪN

a) Cắt thịt nướng thành hai phần có thể quản lý được

b) chà rang với dầu ô liu và thêm gia vị, để qua một bên

c) Cắt rau cho nồi nấu chậm của bạn

d) Làm nóng một chảo xào lớn trên bếp của bạn và khi chảo rất nóng, thêm một ít dầu ô liu và nướng cả hai mặt của món nướng.

e) Đặt rau và tỏi đã cắt vào đáy nồi nấu chậm của bạn.

f) Thêm thịt nướng, rượu bourbon, đường nâu và cà chua thái hạt lựu.

g) đậy nắp nồi nấu chậm và nấu ở mức thấp trong khoảng. 7 giờ.

h) Nước sốt ở đáy nồi nấu chậm nên được lọc và cho vào nồi nước sốt nhỏ, giảm một nửa chất lỏng trên lửa vừa - cao.

i) Phục vụ thịt lợn rừng theo từng miếng, khuyến khích khách của bạn cắt nó thành từng miếng nhúng vào nước sốt nấu từ nồi nấu chậm hoặc nước sốt yêu thích của bạn.

70. Heo rừng kho tộ

Thành phần:

- Yên ngựa nặng 4,4 pound (sẵn sàng nấu)
- 3 lá nguyệt quế
- 1 thìa cà phê ớt xay
- ½ chén nước luộc thịt (hoặc nước luộc gà)
- 2 lít nước táo chưa lọc
- 7 ounce hẹ tây
- 2 tép tỏi
- muối
- 2 muỗng canh bơ làm rõ
- 2 quả cam
- 2 quả bưởi nhỏ
- 4 cây xô thơm tươi (lá)

HƯỚNG DẪN

a) Thịt lợn rừng rửa sạch, thấm khô và cho vào túi cấp đông lớn (6 lít).

b) Thêm lá nguyệt quế, hạt tiêu, hạt tiêu, nước dùng và nước táo. Đóng chặt túi và xoay túi để phủ thịt. Ướp trong 8-12 tiếng (tốt nhất là để qua đêm) trong tủ lạnh.

c) Gọt vỏ hẹ và tỏi. Xúc xắc tỏi và hẹ cắt làm tư.

d) Mở túi cấp đông, đổ nước xốt vào tô lớn, lấy thịt ra và thấm khô bằng khăn giấy. Dùng dao sắc rạch lớp mỡ theo hình thoi và chà xát các mặt thịt với muối và hạt tiêu.

e) Đun nóng bơ trong chảo rang và nấu thịt ở nhiệt độ cao ở tất cả các mặt. Thêm hẹ và tỏi và nấu cho đến khi mềm.

f) Đổ nước xốt vào chảo, đậy nắp và nấu trong lò đã làm nóng trước ở nhiệt độ 180°C (quạt 160°C, ga: vạch 2-3) (khoảng 350°F) trong khoảng 2 tiếng rưỡi, lật đều đặn.

g) Tháo nắp và tăng nhiệt độ lên 200°C (quạt trên 180°C, gas: vạch 3) (khoảng 400°F). Lật mặt thịt, mỡ và nấu cho đến khi tạo thành lớp vỏ đẹp mắt, thêm khoảng 30 phút nữa trong lò.

h) Trong khi đó, dùng dao sắc cắt bỏ vỏ cam, bưởi để loại bỏ hết cùi trắng đắng. Cắt trái cây giữa các màng, làm việc trên một cái bát để lấy nước trái cây.

i) Lấy thịt ra khỏi chảo và đậy nắp để giữ ấm. Loại bỏ lá nguyệt quế và đổ chất lỏng nấu ăn vào nồi. Đun sôi và đun thêm khoảng 10 phút nữa.

j) Rửa sạch ngải cứu, để ráo nước, tuốt lá và thái nhỏ.

k) Thêm các múi cam quýt và nước ép cam quýt đã thu được với cây xô thơm vào nước sốt và nấu trong khoảng 5 phút. Nêm với muối và hạt tiêu.

l) Cắt thịt thành lát và phục vụ với nước sốt cam quýt.

71. Sous-vide chơi sơn dương

Thành phần

- 500 g chân sơn dương, rút xương, do người bán thịt chuẩn bị
- 200 ml Rượu vang đỏ, khô
- 200 ml Tìm tự nhiên
- 6 Ngày, không đính đá
- 2 muỗng canh Giấm táo
- 2 muỗng canh bơ làm rõ
- 2 củ hành tây, ed
- 1 muỗng cà phê gia vị thịt nai

HƯỚNG DẪN

a) Tổng thời gian khoảng 2 giờ 40 phút

b) Chiên chân sơn dương trong bơ đã làm sạch. Để chân nguội một chút rồi bọc kín trong giấy bạc. Nấu trong nồi cách thủy ở 68 độ trong khoảng 2 giờ.

c) Cắt hành tây thành que, cắt một nửa quả chà là, cắt nửa còn lại thành lát.

d) Từ từ xào hành tây trong chảo chân giò. Thêm những ngày xắt nhỏ. Khử men bằng rượu vang đỏ, nước trái cây hoang dã và giấm táo và giảm xuống còn một nửa. Thêm gia vị trò chơi và lát ngày.

72. <u>cà ri sơn dương</u>

Thành phần

- 2 Vai sơn dương, cắt khúc 4cm trên xương
- 1 củ hành tây, thái hạt lựu
- 1 bó hành lá, đại khái xắt nhỏ
- 4 tép tỏi
- Một nút gừng
- 2-3 quả ớt scotch
- Một bó cỏ xạ hương
- 2 muỗng cà phê hạt rau mùi
- 1 muỗng cà phê hạt thì là
- 1 muỗng cà phê hạt cỏ cà ri
- $\frac{1}{2}$ muỗng cà phê hạt mù tạt
- $\frac{1}{2}$ muỗng cà phê hạt thì là
- 4 cây đinh hương
- $\frac{1}{4}$ hạt nhục đậu khấu
- $\frac{1}{2}$ muỗng cà phê bột nghệ
- 20 hạt pimento
- 2 muỗng cà phê dầu ăn
- 5 1/2 cốc nước hoặc nước dùng gà
- 2 củ khoai tây sáp cỡ vừa, thái hạt lựu.

HƯỚNG DẪN

a) Cho hành tây, hành lá, tỏi, gừng, ớt scotch và cỏ xạ hương vào máy xay sinh tố để tạo thành hỗn hợp sệt. Ướp thịt trong ít nhất hai giờ, tốt nhất là qua đêm.

b) Nghiền tất cả các loại gia vị khô.

c) Đun nóng 3 muỗng canh dầu trong nồi gang và cho thịt vào rán vàng. Nêm với muối và hạt tiêu. Thêm gia vị xay và đậy bằng nước.

d) Để nhỏ lửa trong 2-2 tiếng rưỡi. Thêm khoai tây và thêm một chút nước. Để nhỏ lửa cho đến khi khoai tây mềm. Kiểm tra gia vị và thêm muối và hạt tiêu nếu cần.

e) Cho gạo vào rây, vo cho đến khi nước trong.

f) Lấy một cái soong cỡ trung bình, có đáy nặng. Thêm một ít dầu và phi hành cho đến khi chúng mềm và trong. Thêm tất cả gia vị, ớt, húng tây và muối. Thêm gạo và thêm nước cốt dừa và nước. Đun sôi, đậy bằng giấy nướng và đậy nắp kín.

g) Vặn lửa xuống ngay và đun nhỏ lửa cho đến khi tất cả nước đã bay hơi hết. 10-12 phút.

h) Để cơm nghỉ trong 2-3 phút với nắp đậy.

73. Cheesy Rabbit Pot Pie

Thành phần

- 1 8 oz. gói pho mát kem, khối nhỏ
- ½ chén nước luộc gà
- 3 chén thịt thỏ nấu chín xắt nhỏ
- 16 oz. rau hỗn hợp đông lạnh, rã đông
- ½ muỗng cà phê muối tỏi
- 1 quả trứng
- ½ cốc sữa
- 1 chén hỗn hợp làm bánh đa năng
- gia vị ưa thích

HƯỚNG DẪN

a) Làm nóng lò ở 400°F.
b) Nấu pho mát kem và nước dùng trong nồi lớn ở nhiệt độ thấp cho đến khi pho mát kem hoàn toàn
c) tan chảy và hỗn hợp được trộn đều, khuấy thường xuyên bằng máy đánh trứng.
d) Cho thịt thỏ, rau, muối tỏi và các loại gia vị ưa thích khác vào xào; thìa vào đĩa bánh 9 inch.
e) Đánh trứng, sữa và hỗn hợp nướng trong bát vừa bằng máy đánh trứng cho đến khi trộn đều. Khuấy hỗn hợp làm bánh
f) cho đến khi ẩm, sau đó dùng muỗng múc hỗn hợp này đổ lên thịt thỏ.
g) Đặt tấm bánh trên tấm nướng.
h) Nướng 25-30 phút hoặc cho đến khi vàng nâu.

74. Thỏ nướng rau củ

Thành phần

- 4 chân thỏ non (1 lb.)
- $\frac{1}{4}$ chén nước sốt giấm, chia
- 1 zucchini và bí, cắt thành khối
- 1 quả ớt đỏ, cắt thành khối
- 1 chén ngọn măng tây tươi cắt nhỏ
- 1 củ hành đỏ nhỏ, cắt thành khối
- Gia vị ưa thích (hai vị)
- $\frac{1}{4}$ chén dứa miếng (tùy chọn)

HƯỚNG DẪN

a) Đun nóng vỉ nướng ở nhiệt độ trung bình cao.

b) Chải chân thỏ với 2 muỗng canh nước sốt, sau đó để yên trong 10 phút.

c) Trong khi đó, chọc lỗ ở đáy chảo giấy nhôm dùng một lần.

d) Quăng rau với nước sốt còn lại.

e) Đặt trong chảo đã chuẩn bị.

f) Rắc gia vị ưa thích trên các thành phần

g) Đặt chân thỏ và chảo rau lên vỉ nướng.

h) Nướng trong 20 phút hoặc cho đến khi thỏ chín (165°F) và rau mềm giòn, lật thỏ sau 10 phút và thỉnh thoảng đảo rau.

75. Một Món Thỏ Và Khoai Lang

Thành phần

- ½ chén sốt Ý
- 3 muỗng canh đường nâu
- 1 muỗng canh húng tây tươi xắt nhỏ
- 1½ cân Anh. khoai lang (khoảng 3), cắt thành hình nêm rộng 3/4 inch
- 1 con thỏ non (3 lb.), cắt thành 8 miếng

HƯỚNG DẪN

a) Nhiệt trên 375°F.

b) Trộn nước xốt, đường và cỏ xạ hương trong tô lớn.

c) Thêm khoai tây; quăng hai chiếc áo khoác.

d) Chuyển khoai tây sang chảo 15x10x1 inch, đặt trước nước sốt

e) hỗn hợp trong bát.

f) Thêm thỏ non vào hỗn hợp mặc quần áo dành riêng; quăng hai chiếc áo khoác.

g) Đặt trong chảo với khoai tây.

h) Nướng trong 1 giờ hoặc cho đến khi khoai tây mềm và thỏ chín (165°F).

i) Chuyển thỏ và khoai tây vào đĩa.

j) Lọc nhỏ giọt từ chảo; đổ nước sốt căng lên thỏ.

76. Creole thỏ

Thành phần

- 1 con thỏ lớn, non hoặc trưởng thành, làm tư
- 1 lon nước dùng gà hoặc khối nước dùng trộn với nước
- hoặc đồ uống lỏng khác
- 1 lon sốt cà chua hoặc súp
- 1 củ hành vừa, xắt nhỏ hoặc thái lát
- $\frac{1}{2}$ muỗng canh băm nhỏ hoặc $\frac{1}{2}$ muỗng cà phê bột tỏi
- 2 muỗng cà phê tương tiêu hoặc ớt cay
- Muối, tiêu, hành ngò và các loại gia vị tùy thích

HƯỚNG DẪN

a) Trộn nước dùng và gia vị trong món hầm hoặc nồi sành,
b) hoặc chảo rang.
c) Thêm thịt thỏ.
d) Nấu chậm cho đến khi hoàn thành.
e) Mẹo: Lý tưởng để phục vụ trên gạo và đậu.

77. thỏ nướng kéo

Thành phần

- ½ chén nước luộc gà
- 1 con thỏ già
- ½ cốc bia hoặc rượu, nếu muốn
- ½ muỗng canh tỏi hoặc ½ muỗng cà phê bột tỏi, nếu muốn
- ¼ chén hành tây xắt nhỏ, nếu muốn
- Gia vị BBQ và nước sốt
- 2 lá nguyệt quế

HƯỚNG DẪN

a) Nấu chậm tất cả các thành phần trong chất lỏng với gia vị tùy chọn trong nồi sành hoặc chảo rang cho đến khi

b) xong.

c) Sau khi nấu chín hoàn toàn, vớt thỏ ra và để thịt nghỉ (để ráo và nguội).

d) Lấy thịt thỏ ra khỏi xương sau khi đủ nguội để xử lý.

e) Cho thịt đã kéo trở lại nồi sành hoặc chảo, thêm nước sốt thịt nướng cho vừa ăn.

f) Hâm nóng thịt với sốt BBQ.

78. Tacos thỏ kéo

Thành phần

- $\frac{1}{2}$ chén nước luộc gà
- 1 con thỏ già
- $\frac{1}{2}$ cốc bia hoặc rượu tequila, nếu muốn
- $\frac{1}{2}$ muỗng canh tỏi hoặc $\frac{1}{2}$ muỗng cà phê bột tỏi, nếu muốn
- $\frac{1}{4}$ chén hành tây xắt nhỏ, nếu muốn
- Tất cả các loại gia vị / gia vị Mexico ưa thích của bạn; hoặc, bạn có thể sử dụng gói hỗn hợp taco thương mại
- 2 lá nguyệt quế
- vỏ taco
- Gia vị: rau diếp cắt nhỏ, cà chua xắt nhỏ, phô mai, salsa, kem chua và jalapeño

HƯỚNG DẪN

a) Nấu chậm thỏ trong chất lỏng với các thành phần trên và gia vị tùy chọn trong nồi sành hoặc chảo rang cho đến khi hoàn thành.

b) Để nguội sau khi nấu chín. Lấy thịt thỏ ra và để yên (để ráo và nguội).

c) Vớt thịt ra khỏi xương, cho lại vào nồi sành hoặc chảo, nêm gia vị vừa ăn.

d) Hâm nóng lại thịt thỏ.

e) Phục vụ sau khi nó được hâm nóng kỹ lưỡng.

f) Chuyển sang phục vụ món ăn.

g) Nạp vỏ taco và trang trí như mong muốn.

79. bánh mì thịt bò rừng

Thành phần

- bò rừng 1 pound
- $\frac{1}{4}$ chén vụn bánh mì
- $\frac{1}{2}$ chén nước dùng thịt bò
- 1 quả trứng (đã đánh tan)
- $\frac{1}{4}$ chén hành tây bào
- $\frac{1}{4}$ chén Parmesan vụn
- 1 muỗng canh bột cà chua
- 2 muỗng cà phê nước sốt Worrouershire
- $\frac{3}{4}$ muỗng cà phê muối ăn
- $\frac{1}{4}$ muỗng cà phê ớt bột
- $\frac{1}{4}$ muỗng cà phê tiêu đen
- $\frac{1}{8}$ muỗng cà phê xô thơm tròn

Kem phủ lên bánh

- $\frac{1}{3}$ cốc nước sốt cà chua
- 2 muỗng canh giấm balsamic
- 1 muỗng canh đường nâu

HƯỚNG DẪN

a) Làm nóng lò trước ở 350 độ.

b) Nhẹ nhàng nghiền bò rừng vào một bát lớn và thêm tất cả các thành phần bánh mì thịt còn lại. Làm việc cùng nhau để kết hợp đầy đủ.

c) Trộn các thành phần men với nhau trong một món ăn riêng biệt.

d) Phết hai thìa men lên đáy khuôn nướng bánh mì hoặc khay nướng rồi cho hỗn hợp bánh mì thịt lên trên. Tạo hình bánh mì thịt thành ổ dày 2-3 inch. Sau đó sơn lớp men còn lại lên trên bánh mì thịt.

e) Đặt bánh mì thịt vào lò nướng và nướng trong 40 phút hoặc cho đến khi nhiệt độ bên trong đạt 160 độ.

f) Để nguội một chút và phục vụ.

80. Bison Stroganoff

Thành phần

- 1 cân Anh bò rừng xay có thể thay thế thịt bò nạc xay
- 2 lon kem súp nấm (khoảng 10,5 oz. mỗi hộp)
- 8 ounces' nấm tươi thái lát
- $\frac{1}{4}$ chén kem chua
- $\frac{1}{2}$ muỗng canh sốt Worrouershire
- 1 củ hành vàng thái hạt lựu
- $\frac{1}{2}$ muỗng cà phê bột hành
- $\frac{1}{2}$ muỗng cà phê bột tỏi
- $\frac{1}{2}$ muỗng cà phê ớt bột
- Muối và hạt tiêu cho vừa ăn
- Phục vụ
- $\frac{1}{2}$ cân Anh mì trứng nấu chín và ráo nước

HƯỚNG DẪN

a) Bắt đầu bằng cách đun sôi một nồi nước. Thêm mì trứng của bạn và nấu theo hướng dẫn trên bao bì. Xả và đặt sang một bên.

b) Tiếp theo, làm nâu thịt bò rừng của bạn (cho đến khi không còn màu hồng) với tỏi, nấm và hành tây. Thoát khỏi bất kỳ chất béo.

c) Thêm súp nấm đóng hộp, sốt Worrouershire và kem chua.

d) Rắc bột hành tây, ớt bột và hành tây. Khuấy đều sau đó đun nhỏ lửa trong khoảng 15 phút.

e) Phục vụ trên mì trứng.

81. gạo bẩn bò rừng

Thành phần

- 1 cọng cần tây hữu cơ, xắt nhỏ
- 1 củ hành tây nhỏ, xắt nhỏ
- 1 quả ớt chuông xanh, xắt nhỏ
- 1 muỗng canh dầu ô liu
- muối và hạt tiêu mới xay
- bò rừng 1 pound
- 1 muỗng canh gia vị Cajun
- 2 chén gạo Basmati (chưa nấu chín)
- 4 chén nước dùng thịt bò
- 1 muỗng cà phê sốt GF Worrouershire
- 1 lá nguyệt quế
- sốt cay GF

HƯỚNG DẪN

a) Thêm cần tây xắt nhỏ, hành tây, ớt chuông xanh và EVOO vào lò nướng hoặc chảo 3,5 lít của Hà Lan. Thêm một chút muối và hạt tiêu. Nấu trên lửa vừa trong khoảng 5 phút, thỉnh thoảng khuấy.

b) Thêm bò rừng xay và gia vị Cajun vào hỗn hợp rau. Nấu kỹ thịt, khoảng 5-7 phút.

c) Lấy nồi ra khỏi bếp và thêm gạo chưa nấu chín. Khuấy gạo vào hỗn hợp để nó được kết hợp tốt. Thêm nước dùng thịt bò, lá nguyệt quế và sốt Worrouershire. Cho lò Hà Lan trở lại bếp.

d) Đun sôi trong khi thỉnh thoảng khuấy, sau đó đậy nắp và giảm nhiệt xuống thấp. Nấu cho đến khi hoàn thành, khoảng 18 phút.

e) Loại bỏ lá nguyệt quế. Nếm thử muối và phục vụ với nước sốt nóng không chứa gluten yêu thích của bạn.

82. Thịt bò rừng và rau hầm

Khẩu phần: 5-6

Thành phần

- 1 cân Anh bò rừng đất
- 1-2 muỗng canh dầu bơ
- 3 củ cà rốt lớn (2 chén), xắt nhỏ
- 3 cọng cần tây (1 chén), thái lát
- 2 củ khoai lang trắng lớn (2 chén), xắt nhỏ
- 1/2 muỗng cà phê muối
- 2 thìa cà phê nghệ
- 3 chén nước luộc gà
- 1 1/2 chén bí butternut, xay nhuyễn
- 3 chén cải xoăn, xắt nhỏ
- Mùi tây tươi, topping (tùy chọn)

HƯỚNG DẪN

a) Đun nóng chảo lớn trên lửa vừa và cho bò rừng xay vào, bẻ thành từng miếng. Khi thịt đã chín, lấy ra khỏi chảo và đặt sang một bên.

b) Đun nóng dầu bơ trong nồi lớn trên lửa vừa. Sau khi nóng, thêm cà rốt và cần tây xắt nhỏ. Xào khoảng 8 phút.

c) Thêm khoai lang trắng, muối và bột nghệ và kết hợp các thành phần. Tiếp tục nấu các nguyên liệu trên lửa vừa, thỉnh thoảng khuấy trong 10 phút nữa hoặc cho đến khi rau mềm đi một chút.

d) Thêm vào nước dùng, bí đao xay nhuyễn, cải xoăn và bò rừng. Khuấy tất cả các thành phần với nhau và đặt ở nhiệt độ trung bình thấp, để cho món hầm sôi trong khoảng 30 phút.

e) Khi món hầm đã sẵn sàng, dùng nóng và rắc mùi tây tươi lên trên nếu muốn.

83. Chả bò rừng

Thành phần

- 1 cân Anh bò rừng đất
- 3 muỗng canh tỏi băm
- 1 củ hành tây nhỏ, thái hạt lựu
- 1 chén thảo mộc tươi băm nhỏ (chúng tôi thích hẹ, rau mùi tây và oregano)
- 2 chén măng tây, cắt miếng vừa ăn
- 2 chén bông cải xanh, cắt thành những bông hoa nhỏ
- $\frac{1}{4}$ chén dầu bơ
- 6 chén hỗn hợp rau xanh, chia thành hai đĩa
- Muối và hạt tiêu cho vừa ăn

HƯỚNG DẪN

a) Nghiền các loại thảo mộc tươi trong một bộ xử lý thực phẩm cho đến khi băm nhỏ. Cho một nửa số rau thơm vào tô, thêm bò rừng, tỏi và nửa củ hành tây, muối và tiêu trộn đều. Định hình thành thịt viên.

b) Đun nóng dầu bơ trong chảo trên lửa vừa cao. Thêm thịt viên, phần còn lại của các loại thảo mộc băm nhỏ, hành tây, tỏi, măng tây, bông cải xanh và bất kỳ loại rau nào khác và nấu cho đến khi mềm, chuyển thịt viên thường sang màu nâu ở tất cả các mặt.

c) Chia rau xà lách giữa hai đĩa. Đặt rau và thịt viên lên trên và phục vụ.

d)

84. Salisbury Steak

Thành phần

- Thịt xay 1 pound: thịt bò, bò rừng, thịt gà hoặc gà tây
- 1 củ hành vàng nhỏ bào hoặc thái nhỏ
- $\frac{1}{2}$ muỗng cà phê tỏi băm nhỏ
- 1 muỗng cà phê mùi tây khô
- 1 muỗng cà phê Bột tỏi
- $\frac{1}{4}$ muỗng cà phê muối Kosher
- $\frac{1}{4}$ muỗng cà phê Tiêu đen
- $\frac{1}{4}$ chén vụn bánh mì panko, loại thường, bánh quy giòn; thông thường hoặc không chứa gluten
- 1 quả trứng
- 1 cốc Bột mì đa dụng (hỗn hợp đo lường thông thường hoặc không chứa gluten)
- $\frac{1}{4}$ chén dầu lạc hoặc dầu cây rum dầu có điểm bốc khói cao
- 2 chén nấm thái lát
- 1 củ hành vàng lớn thái lát
- Đối với nước sốt:
- 2 muỗng canh Bơ hoặc ghee hoặc bơ không sữa
- 2 muỗng canh Bột mì đa dụng (hỗn hợp đo lường thông thường hoặc không chứa gluten)
- 2 cốc
- Muối và hạt tiêu cho vừa ăn

HƯỚNG DẪN

a) Trong một bát trộn lớn, kết hợp thịt xay, hành tây nghiền, tỏi băm nhỏ, rau mùi tây, bột tỏi, vụn bánh mì, trứng, muối và hạt tiêu.

b) Tạo hỗn hợp thành những miếng chả hình thuôn dài (dày khoảng $\frac{3}{4}$ inch) và để ra đĩa. Chúng cũng có thể được làm nhỏ hơn thành tổng cộng 6 miếng.

c) Thêm bột vào một bát nông và nêm muối và hạt tiêu.
d) Đặt một cái chảo lớn trên lửa vừa đến cao trên bếp và thêm dầu. MẸO: khi bề mặt dầu lăn tăn nghĩa là dầu đã nóng và sẵn sàng.
e) Phủ nhẹ miếng bít tết Salisbury trong bột mì, sau đó cẩn thận nhúng chúng vào dầu nóng bằng thìa.
f) Nướng bít tết trong 4-5 phút mỗi mặt, cho đến khi chín vàng và giòn và chín tới giữa. Nhiệt độ bên trong: thịt bò và bò rừng 160 độ F. Thịt gà và gà tây 165 độ F.
g) Lấy bít tết đã nấu chín ra khỏi chảo, sau đó đặt chúng vào đĩa và đậy bằng giấy bạc để giữ ấm.
h) Trong cùng một chảo, thêm hành tây và nấm. Nấu cho đến khi hành mềm và bắt đầu chuyển sang màu caramen, nấm cũng mềm, khuấy thường xuyên.
i) Vớt hành tây và nấm đã nấu chín ra, dùng thìa phết lên miếng bít tết Salisbury.

Đối với nước sốt:

j) Trong cùng một chảo nấu ăn, làm tan chảy bơ.
k) Đánh bông bột mì và nấu trong một phút hoặc cho đến khi tạo thành hỗn hợp sệt và bắt đầu nổi bong bóng.
l) Cho nước dùng vào khuấy đều và đánh cho đến khi đặc lại và ấm lên.
m) Nêm muối và hạt tiêu cho vừa ăn.
n) Đổ bít tết gà hoặc vào thuyền nước thịt trước khi ăn.
o) Phục vụ và thưởng thức!

CUỘN

85. sốt thợ săn

Thành phần

- $\frac{1}{2}$ c. Thạch nho đỏ
- $\frac{1}{4}$ c. catup
- $\frac{1}{4}$ c. port hoặc rượu vang đỏ ngọt khác
- $\frac{1}{2}$ giờ. Worrouershire

HƯỚNG DẪN

a) Khoảng 10 phút trước khi ăn: Trong một cái chảo nhỏ trên lửa nhỏ, nấu tất cả các nguyên liệu, khuấy liên tục cho đến khi thạch mịn và tan chảy.

b) Phục vụ với bất kỳ trò chơi hoặc chim hoang dã. Làm 1 cốc nước sốt, đủ cho 8 phần ăn.

86. ướp cho trò chơi

Thành phần

- 2 c. rượu vang đỏ khô
- 2 T. dầu salad
- 2 t.muối
- 1 muỗng cà phê tiêu xay thô
- $\frac{1}{4}$ thìa lá húng tây
- 2 củ hành vừa, thái lát mỏng
- 1 tép tỏi

HƯỚNG DẪN

a) Trong nồi nước sốt hoặc lò Hà Lan, trộn tất cả các thành phần; thêm thịt nai hoặc trò chơi khác; đậy nắp và làm lạnh qua đêm.

87. nước xốt tuyệt vời

Thành phần

- Nước xốt ngon cho thịt thú rừng hoặc thịt bò:
- 1 chén dầu salad
- Nước cốt chanh hoặc rượu 4 T.
- $\frac{1}{2}$ giờ. bột tỏi
- $\frac{1}{2}$ giờ. mù tạt khô
- $\frac{1}{2}$ giờ. hạt tiêu Worrouershire
- nước mắm 4 T.
- 2 T. catup
- Dấu gạch ngang của Tabasco

HƯỚNG DẪN

a) Trộn tất cả các thành phần trong bình; lắc.

b) Đổ thịt và ướp trong 24 giờ. Nướng trong lò hoặc trên than hoa.

88. Món nhúng ngọt cho thịt nai

Thành phần

- Muối và tiêu
- 1 T. giăm bông Cajun hun khói băm nhỏ
- 1 T. mỗi loại: hạt tiêu đỏ và xanh
- 2 T. Cô-nhắc
- 1 cốc kem tươi

HƯỚNG DẪN

a) Pha trộn

89. Nước xốt kiểu châu Á

1/2 chén nước tương
1/4 cốc mật ong
2 muỗng canh dấm gạo
1 muỗng canh dầu mè
1 muỗng canh gừng nạo
1 tép tỏi, băm nhỏ
1/4 muỗng cà phê hạt tiêu đỏ

HƯỚNG DẪN

Trong một cái bát, đánh đều tất cả các thành phần. Cho thịt nai vào một chiếc túi lớn có khóa kéo và đổ nước xốt lên trên. Đậy kín túi và cho vào tủ lạnh ít nhất 2 giờ hoặc qua đêm.

90. Nước xốt cam quýt

1/2 cốc nước cam
1/4 cốc nước cốt chanh
1/4 cốc nước cốt chanh
1/4 chén dầu ô liu
2 tép tỏi, băm nhỏ
1 muỗng cà phê muối
1/2 muỗng cà phê tiêu đen

HƯỚNG DẪN

Trong một cái bát, đánh đều tất cả các thành phần. Cho thịt nai vào một chiếc túi lớn có khóa kéo và đổ nước xốt lên trên. Đậy kín túi và cho vào tủ lạnh ít nhất 2 giờ hoặc qua đêm.

91. Rượu vang đỏ và nước sốt Juniper Berry

THÀNH PHẦN:

1 chén rượu vang đỏ
1/2 chén nước dùng thịt bò
1/2 chén quả bách xù khô
2 muỗng canh bơ
2 tép tỏi, băm nhỏ
Muối và hạt tiêu cho vừa ăn

HƯỚNG DẪN:

Trong một cái chảo nhỏ, kết hợp rượu vang đỏ, nước dùng thịt bò và quả bách xù. Đun sôi ở nhiệt độ trung bình cao. Giảm nhiệt xuống thấp và đun nhỏ lửa cho đến khi nước sốt giảm đi một nửa, thỉnh thoảng khuấy.

Trong một chảo khác, làm tan chảy bơ trên lửa vừa. Thêm tỏi băm nhỏ và nấu cho đến khi có mùi thơm.

Lấy quả bách xù ra khỏi nước sốt và thêm nước sốt đã khử vào bơ tỏi. Khuấy để kết hợp.

Nêm muối và hạt tiêu cho vừa ăn. Ăn nóng trên thịt nai.

92. Sốt nam việt quất gia vị

THÀNH PHẦN:

1 cốc nam việt quất tươi hoặc đông lạnh
1/4 cốc mật ong
1/4 chén giấm táo
1 thanh quế
1 cây hồi
1/2 muỗng cà phê gừng xay
1/2 thìa cà phê đinh hương xay

HƯỚNG DẪN:

Kết hợp tất cả các thành phần trong nồi và đun sôi ở nhiệt độ trung bình cao.
Giảm nhiệt xuống thấp và đun nhỏ lửa cho đến khi quả nam việt quất nở ra và nước sốt đặc lại, thỉnh thoảng khuấy.
Loại bỏ thanh quế và hoa hồi trước khi ăn. Phục vụ ấm hoặc ướp lạnh với thịt nai.

93. Sốt kem cải ngựa

THÀNH PHẦN:

1/2 chén kem chua
1/4 chén cải ngựa đã chuẩn bị
1 muỗng canh mù tạt Dijon
1 muỗng canh nước cốt chanh tươi
Muối và hạt tiêu cho vừa ăn

HƯỚNG DẪN:

Trong một bát nhỏ, trộn đều kem chua, cải ngựa, mù tạt Dijon và nước cốt chanh.

Nêm muối và hạt tiêu cho vừa ăn. Phục vụ ướp lạnh với thịt nai.

94. Sốt vả Balsamic

THÀNH PHẦN:

1 chén quả sung khô, xắt nhỏ
1/2 chén giấm balsamic
1/2 chén nước luộc gà
1/4 chén mật ong
1 muỗng canh dầu ô liu
1/2 muỗng cà phê húng tây khô
Muối và hạt tiêu cho vừa ăn

HƯỚNG DẪN:
Trong một cái chảo nhỏ, kết hợp quả sung, giấm balsamic, nước dùng gà, mật ong, dầu ô liu và cỏ xạ hương. Đun sôi ở nhiệt độ trung bình cao.
Giảm nhiệt xuống thấp và đun nhỏ lửa cho đến khi quả sung mềm và nước sốt đặc lại, thỉnh thoảng khuấy.
Nêm muối và hạt tiêu cho vừa ăn. Ăn nóng với thịt nai.

95. tương ớt việt quất

THÀNH PHẦN:

1 cốc quả việt quất tươi hoặc đông lạnh
1/4 chén hành tím xắt nhỏ
1/4 chén quả mơ khô xắt nhỏ
1/4 chén giấm táo
2 thìa mật ong
1/2 muỗng cà phê bột quế
1/4 muỗng cà phê hạt tiêu xay

HƯỚNG DẪN :

Trong một cái chảo, kết hợp quả việt quất, hành tím, quả mơ khô, giấm táo, mật ong, quế và hạt tiêu. Đun sôi ở nhiệt độ trung bình cao.

Giảm nhiệt xuống thấp và đun nhỏ lửa cho đến khi quả việt quất nở ra và nước sốt đặc lại, thỉnh thoảng khuấy.

Phục vụ ấm hoặc ướp lạnh với thịt nai.

96. Tỏi và bơ hương thảo

THÀNH PHẦN:

1/2 chén bơ không ướp muối, làm mềm
2 tép tỏi, băm nhỏ
1 muỗng canh hương thảo tươi xắt nhỏ

HƯỚNG DẪN:

Trong một bát nhỏ, trộn đều bơ mềm, tỏi băm nhỏ và lá hương thảo xắt nhỏ.

Nêm muối và hạt tiêu cho vừa ăn.

Phết bơ lên bít tết hoặc sườn thịt nai đã nấu chín ngay trước khi ăn.

97. Sốt mù tạt và thảo mộc

THÀNH PHẦN:

1/2 chén mù tạt Dijon
2 muỗng canh mùi tây tươi xắt nhỏ
1 muỗng canh húng tây tươi xắt nhỏ
1 muỗng canh hương thảo tươi xắt nhỏ
1 thìa mật ong
1 muỗng canh giấm táo
Muối và hạt tiêu cho vừa ăn

HƯỚNG DẪN:

Trong một cái bát nhỏ, trộn mù tạt Dijon, mùi tây, húng tây, hương thảo, mật ong và giấm táo với nhau.

Nêm muối và hạt tiêu cho vừa ăn. Phục vụ ướp lạnh với thịt nai.

98. Sốt Cherry Port

THÀNH PHẦN:

1 chén anh đào tươi hoặc đông lạnh
1/2 chén cổng ruby
1/2 chén nước dùng thịt bò
2 muỗng canh bơ không ướp muối
1 thìa mật ong
1 muỗng canh húng tây tươi xắt nhỏ
Muối và hạt tiêu cho vừa ăn

HƯỚNG DẪN:

Trong một cái chảo nhỏ, kết hợp anh đào, hồng ngọc, nước dùng thịt bò, bơ, mật ong và cỏ xạ hương. Đun sôi ở nhiệt độ trung bình cao.

Giảm nhiệt xuống thấp và đun nhỏ lửa cho đến khi nước sốt đặc lại, thỉnh thoảng khuấy.

Nêm muối và hạt tiêu cho vừa ăn. Ăn nóng với thịt nai.

99. Men gừng cam

THÀNH PHẦN:

1/2 chén mứt cam
1/4 chén nước tương
2 thìa mật ong
1 muỗng canh gừng tươi nạo
1 muỗng canh giấm gạo

HƯỚNG DẪN:

Trong một cái chảo nhỏ, kết hợp mứt cam, nước tương, mật ong, gừng nạo và giấm gạo. Đun sôi ở nhiệt độ trung bình cao.

Giảm nhiệt xuống thấp và đun nhỏ lửa cho đến khi nước sốt đặc lại, thỉnh thoảng khuấy.

Ăn nóng với thịt nai.

100. Nước sốt hành tây và nấm

THÀNH PHẦN:

1 củ hành lớn, thái lát
1 chén nấm thái lát
2 muỗng canh bơ không ướp muối
1/4 chén nước dùng thịt bò
1 muỗng canh giấm balsamic
1/2 muỗng cà phê húng tây khô
Muối và hạt tiêu cho vừa ăn

HƯỚNG DẪN:

Trong chảo, làm tan chảy bơ trên lửa vừa. Thêm hành tây thái lát và nấu cho đến khi caramen, thỉnh thoảng khuấy.
Thêm nấm thái lát và nấu cho đến khi mềm.
Thêm nước dùng thịt bò, giấm balsamic và húng tây khô. Đun sôi ở nhiệt độ trung bình cao.
Giảm nhiệt xuống thấp và đun nhỏ lửa cho đến khi nước sốt đặc lại, thỉnh thoảng khuấy.
Nêm muối và hạt tiêu cho vừa ăn. Ăn nóng với thịt nai.

PHẦN KẾT LUẬN

Chúc mừng! Bạn đã hoàn thành Cuốn sách nấu ăn dành cho người mới bắt đầu ăn thịt nai và chúng tôi hy vọng bạn đã có một trải nghiệm tuyệt vời khi khám phá thế giới ẩm thực thịt nai. Bây giờ, bạn sẽ cảm thấy tự tin hơn vào khả năng nấu thịt nai của mình và đã khám phá ra một số công thức nấu ăn yêu thích mới trên đường đi.

Hãy nhớ rằng, nấu ăn là một nghệ thuật không ngừng phát triển và có vô số cách để thử nghiệm cũng như tạo ra các món thịt nai độc đáo của bạn. Vui lòng sửa đổi các công thức nấu ăn cho phù hợp với sở thích khẩu vị của bạn, thử các loại gia vị khác nhau và khám phá các phương pháp nấu ăn thay thế. Điều quan trọng là vui chơi trong bếp và thưởng thức những thành quả ngon miệng.

Khi bạn tiếp tục hành trình ẩm thực của mình, chúng tôi khuyến khích bạn khám phá các sách dạy nấu ăn và tài nguyên khác để nâng cao kỹ năng nấu nướng của mình hơn nữa. Thịt nai chỉ là bước khởi đầu, còn vô số nguyên liệu và cách chế biến khác đang chờ bạn khám phá.

Chúng tôi hy vọng cuốn sách dạy nấu ăn này đã khơi dậy niềm đam mê lâu dài đối với việc chế biến thịt nai và bạn sẽ tiếp tục chia sẻ những sáng tạo ẩm thực của mình với bạn bè và gia đình. Chúc bạn nấu ăn vui vẻ và chúc căn bếp của bạn luôn tràn ngập hương thơm và hương vị thú vị!

www.ingramcontent.com/pod-product-compliance
Lightning Source LLC
LaVergne TN
LVHW011023061026
849535LV00006B/2027